AF518804

തൊഴിൽവകുപ്പും എലികളും

thozhil vakuppum elikalum

•

c p nair

•

first chintha edition
august 2010

•

typesetting
megha graphics

•

published
chintha publishers, thiruvananthapuram

•

printed
akshara offset, thiruvananthapuram

•

cover
prasoon prabhakar

വിതരണം

ദേശാഭിമാനി ബുക്ക് ഹൗസ്

H O തിരുവനന്തപുരം–695 001

ബ്രാഞ്ചുകൾ

ഓവർബ്രിഡ്ജ് തിരുവനന്തപുരം • കെ എസ് ആർ ടി സി ബസ് സ്റ്റേഷൻ ആലപ്പുഴ • കെ എസ് ആർ ടി സി ബസ് സ്റ്റേഷൻ എറണാകുളം • കലൂർ കൊച്ചി • ഐ ജി റോഡ് കോഴിക്കോട് • മാവൂർ റോഡ് കോഴിക്കോട് • എൻ ജി ഒ യൂണിയൻ ബിൽഡിങ് കണ്ണൂർ • സെൻട്രൽ ബസ് ടെർമിനൽ കോംപ്ലക്സ് താവക്കര കണ്ണൂർ • മച്ചിങ്ങൽ ലെയ്ൻ തൃശൂർ

CO - 1460 / 2490

തൊഴിൽവകുപ്പും എലികളും

സി പി നായർ

ചിന്ത പബ്ലിഷേഴ്സ്
തിരുവനന്തപുരം-695 001
വില : 55.00 രൂപ

സി പി നായർ

1940 ഏപ്രിൽ 25-ന് മാവേലിക്കര ജനിച്ചു. പ്രസിദ്ധ സാഹിത്യകാരനും നടനും പണ്ഡിതനുമായിരുന്ന എൻ പി ചെല്ലപ്പൻനായരുടെ ഏകപുത്രൻ. മാവേലിക്കരയിലും തിരുവനന്തപുരത്തും വിദ്യാഭ്യാസം. എം എ (ഇംഗ്ലീഷ്) ഒന്നാം റാങ്കിൽ ജയിച്ചു. മൂന്നുവർഷം കോളേജ് അധ്യാപകനായിരുന്നു.

1962 ൽ ഐ എ എസിൽ പ്രവേശിച്ചു. സബ് കളക്ടർ, തിരുവനന്തപുരം ജില്ലാ കളക്ടർ, സിവിൽ സപ്ലൈസ് ഡയറക്ടർ, കൊച്ചി തുറമുഖ ട്രസ്റ്റ് ഡെപ്യൂട്ടി ചെയർമാൻ, മുഖ്യമന്ത്രിയുടെ സെക്രട്ടറി, ആഭ്യന്തരവകുപ്പു സെക്രട്ടറി, ചീഫ് സെക്രട്ടറി എന്നിവയാണ് ഏറ്റെടുത്ത പ്രധാന ചുമതലകൾ. 1971–72 ൽ ലണ്ടൻ സർവകലാശാലയിൽ നഗരവൽക്കരണത്തെക്കുറിച്ച് ഒരു വർഷം ഉപരിപഠനം നടത്തി.

തകിൽ, മിസ്റ്റർ നമ്പ്യാരുടെ വീട്, ലങ്കയിൽ ഒരു മാരുതി, ചിരി ദീർഘായുസ്സിന്, പൂവാലന്മാർ ഇല്ലാതാകുന്നത്, ഉഗാണ്ടാ മലയാളം, ഇരുകാലിമൂട്ടകൾ, കുഞ്ഞൂഞ്ഞമ്മ അഥവാ കുഞ്ഞൂഞ്ഞമ്മ, പുഞ്ചിരി, പൊട്ടിച്ചിരി, സംപൂജ്യനായ അധ്യക്ഷൻ, നേര്, ഒന്നാംസാക്ഷി ഞാൻ തന്നെ, കുമാരി ഭാസുരയുടെ ക്രൂരകൃത്യങ്ങൾ എന്നിവയാണ് കൃതികൾ. ഹാസസാഹിത്യത്തിനുള്ള 1994-ലെ കേരള സാഹിത്യ അക്കാദമി അവാർഡ് *ഇരുകാലിമൂട്ടകൾ* എന്ന ഗ്രന്ഥത്തിനു ലഭിച്ചു.

ഭാര്യ : സരസ്വതി

മക്കൾ : ഗായത്രി, ഹരിശങ്കർ

വിലാസം : സീസൺസ് അപ്പാർട്ട്മെന്റ്സ്
കുറവൻകോണം
തിരുവനന്തപുരം - 695 003

ഉള്ളടക്കം

1

തൊഴിൽവകുപ്പും എലികളും

ഒരു ദിവസത്തെ ദുഃഖാചരണം, രണ്ടാംശനിയാഴ്ച, ഞായറാഴ്ച, തൈപ്പൊങ്കൽ എന്നിങ്ങനെ നാലു ദിവസത്തെ ഇടവേളയ്ക്കുശേഷം തൊഴിൽവകുപ്പു സെക്രട്ടറി ഹജൂർക്കച്ചേരിയിലുള്ള തന്റെ ഓഫീസ് മുറിയിലേക്കു കടന്നു.

മുറിയിൽ കണ്ട കാഴ്ച സെക്രട്ടറിയെ ഞെട്ടിച്ചു. അദ്ദേഹത്തിന്റെ തല കറങ്ങുന്നതുപോലെ തോന്നി.

“സീദന്തി മമ ഗാത്രാണി, മുഖം ച പരിശുഷ്യതി” എന്നു പണ്ട് അർജുനൻ പറഞ്ഞമട്ടിൽ, മേശപ്പുറത്ത് അടുക്കിവച്ചിരുന്ന ഫയലുകളുടെ മേൽ, പാവം പുനത്തിൽ കുഞ്ഞബ്ദുള്ളയെ വിമർശകർ ആക്രമിക്കുന്നതുപോലെ, എലികൾ ഒരുഗ്രൻ കടന്നാക്രമണം നടത്തിയിരിക്കുന്നു. വെറും ഫയലുകളല്ല. നിയമസഭയുടെ കമ്മിറ്റിമുമ്പാകെ ഹാജരാക്കേണ്ട ഫയലുകൾ. ലക്ഷ്മണന്റെ ആക്രമണത്തിനു വിധേയമായ ശൂർപ്പണഖയെപ്പോലെ പല ഫയലുകളുടെയും കുചങ്ങളും കർണങ്ങളും നാസികകളുമൊക്കെ നിർദയം കടിച്ചുമുറിച്ചു തള്ളപ്പെട്ടിരിക്കുന്നു!

എലികളുടെ ക്രൂരകൃത്യം ഇവിടെ അവസാനിപ്പിച്ചിരുന്നെങ്കിൽ സഹിക്കാമായിരുന്നു. സർക്കാർവക വിലപ്പെട്ട ഫയലുകൾ, നടപ്പുഫയലും കുറിപ്പുഫയലും ഉൾപ്പെടെ, കൂട്ടായും വെവ്വേറെയായും ഭക്ഷിച്ചു. സർക്കാരിന് മനഃപൂർവമായ നഷ്ടം വരുത്തിവച്ചതിനുപുറമേ മൂഷികവൃന്ദം ഫയലുകളുടെ പുറത്ത് ഗുരു വി കെ എന്നിന്റെ ഭാഷയിൽ ചെറിയ ശങ്കയും വലിയ ശങ്കയും തീർത്തിരിക്കുന്നു. വേണ്ട തെളിവുകൾ ഫയലുകളിന്മേൽ ത്തന്നെയുണ്ട്. ദുസ്സഹമായ നാറ്റം.

സെക്രട്ടറി മൂക്കു പൊത്തി, അനുനാസികശബ്ദത്തിൽ, കോപതാപങ്ങളോടുകൂടി സ്റ്റെനോഗ്രാഫർ പത്മാകരൻനായരെ വിളിച്ചു:

"പത്മാകരൻനായരേ, കണ്ടോ ഇത്?"

അച്ചടക്കമുള്ള സർക്കാർ ജീവനക്കാരനായ പത്മാകരൻനായർ സെക്രട്ടറിയെപ്പോലെതന്നെ ഞെട്ടി:

"എലികളാണു സാർ....."

"ഒന്നാംതരം ഉപദേശം! എലികളില്ലാതെ പിന്നെ പുലികളാണോ ഹേ? എന്തു ചെയ്യണമെന്നാ എനിക്കറിയേണ്ടത്?"

"ഹെൽത്ത് ഇൻസ്പെക്ടറോടു പറഞ്ഞ് എലിപ്പത്തായംകൊണ്ടു വയ്പിക്കാം സാർ."

"എലിപ്പത്തായമോ, എലിവില്ലോ, എലിവിഷമോ, എലിവാണമോ ഏതാണെന്നുവച്ചാൽ അത്. എല്ലാംകൂടി കൊണ്ടുവയ്ക്കാമെങ്കിൽ ഏറെ നല്ലത്. ഉടനെ വേണം." സെക്രട്ടറി രോഷത്തോടെ ഉത്തരം നൽകി. എലികൾ കടിച്ചുപറിച്ച, 'അടിയന്തരനഷ്ടം', 'ഏറ്റവും അടിയന്തരനഷ്ടം', 'രഹസ്യം', 'നടപടി ഇന്നുതന്നെ' തുടങ്ങിയ ലേബലുകൾ ധരിച്ചിട്ടുള്ള ആക്രമണവിധേയരായ ഫയലുകളെ അദ്ദേഹം ദുഃഖത്തോടെ നോക്കി. കുരുക്ഷേത്രത്തിൽ ചത്തുകിടക്കുന്ന കൗരവരെ നോക്കുന്ന ഗാന്ധാരിയെപ്പോലെ.

പിറ്റേദിവസം കച്ചേരിയിൽ വന്ന സെക്രട്ടറിയെ അറ്റൻഡർ മഹേശ്വരൻനായർ ഒരു വിടർന്ന പുഞ്ചിരിയോടെ സ്വാഗതംചെയ്തു. എന്തോ വളരെ പ്രധാനപ്പെട്ട വാർത്ത അറിയിക്കാനുള്ള ആരംഭമാണ്.

"പത്തായത്തിൽ ഒരു എലി വീണു സാർ!"

അമേരിക്ക പാകിസ്ഥാന് ആയുധസഹായം നൽകാനുള്ള വിവരംകെട്ട തീരുമാനം പിൻവലിച്ചു എന്നോ, ശ്രീലങ്കയിൽ പാവപ്പെട്ട തമിഴരെ ബുദ്ധഭഗവാന്റെ ഉത്തമഭക്തന്മാരായ ജയവർധനനും പ്രേമദാസനുംകൂടി വെടിവച്ചു കൊല്ലുന്ന വിനോദം നിർത്തിയെന്നോ മറ്റോ ഉള്ള വാർത്ത അനൗൺസ് ചെയ്യുന്ന ഉത്സാഹവും ആവേശവുമാണ് മഹേശ്വരൻനായർക്ക്.

റിപ്പോർട്ടിന്റെ സത്യസന്ധത സെക്രട്ടറി നേരിട്ടു പരിശോധിച്ചു. എലിയെ കാണാൻ വയ്യ. ആസന്നമരണചിന്താശതകം ചൊല്ലിക്കൊണ്ട് അവൻ (അഥവാ അവൾ) പത്തായത്തിന്റെ ഒരു മൂലയിൽ കൂനിക്കൂടി ഇരിക്കുകയാവണം. പക്ഷേ, വാൽ പുറത്തു കാണാം. എലിതന്നെ. സംശയമില്ല. ഒരെണ്ണം ചത്തെങ്കിൽ അത്രയ്ക്ക് ആശ്വാസം. സ്റ്റേഷനിലെ ഒരു സ്ഥിരം കേഡി പിടികൂടപ്പെട്ടു എന്ന വിവരം അറിഞ്ഞ സർക്കിളദ്യത്തിന്റെ ആശ്വാസത്തോടെ സെക്രട്ടറി കസേരയിൽ വന്നിരുന്നു.

പക്ഷേ, ആശ്വാസം ക്ഷണികമായിരുന്നു. പിറ്റേദിവസത്തെ ആക്രമണം കുറേക്കൂടി ഭീകരമായിരുന്നു. തങ്ങളുടെ വർഗത്തിൽപ്പെട്ട ഒരാൾ കിരാതമായി വധിക്കപ്പെട്ടു എന്നറിഞ്ഞ വർഗബോധമുള്ള എലികൾ

തൊഴിൽവകുപ്പിനുനേരെയുള്ള ആക്രമണം അവസാനിപ്പിക്കും എന്നു കരുതിയതു തികച്ചും മൗഢ്യമായിരുന്നു.

മറ്റൊരുകൂട്ടം ഫയലുകൾ എലികൾ ആക്രമിച്ചിരിക്കുന്നു. മൂത്രപുരീഷാദിനികൃഷ്ടവസ്തുക്കൾകൊണ്ടു മലിനമാക്കിയിരിക്കുന്നു. തീർന്നില്ല കഥ. മൂന്നൂറു രൂപ വിലവരുന്ന മാലിക്കിന്റെ 'വ്യവസായ നിയമ'ങ്ങളുടെ മൂല കടിച്ചുപറിച്ചിരിക്കുന്നു. ബാസുവിന്റെ ഇന്ത്യൻ ഭരണഘടനയെക്കുറിച്ചുള്ള ഭാഷ്യത്തിന്റെ ഡസ്റ്റ് ജാക്കറ്റ് നാലു കഷണമായി കീറിക്കിടക്കുന്നു. സൗകര്യമുള്ളപ്പോൾ മറിച്ചുനോക്കാനായി കൊണ്ടുവച്ചിരുന്ന രഘുവംശം തലകീഴായി ഷെൽഫിനടിയിൽ വീണുകിടക്കുന്നു.

ഹനുമാൻ ഉദ്യാനം തകർത്തതറിഞ്ഞ രാവണന്റെ ക്രോധവും സങ്കടവുമായിരുന്നു സെക്രട്ടറിക്ക്. അദ്ദേഹം വീണ്ടും പത്മാകരൻനായരെ വിളിച്ചു.

“എലിപ്പത്തായംവച്ച് കേവലം ഒരെലിയെ മാത്രം പിടിച്ചാൽ എലികളുടെ ശല്യം അവസാനിക്കും എന്ന് ആരാ നിങ്ങളോടു പറഞ്ഞത്?” സെക്രട്ടറി കോപത്തോടെ ചോദിച്ചു.

“ഹൗസ് കീപ്പിങ് സെല്ലിലും ഹെൽത്ത് ഇൻസ്പെക്ടറെയും വിളിച്ചു പറഞ്ഞു സാർ. ഒരു ദിവസം പത്തായം വയ്ക്കാനേ വകുപ്പുള്ളു. തുടർച്ചയായി പത്തായം വയ്ക്കണമെങ്കിൽ ഹൗസ്കീപ്പിങ് സെല്ലിന്റെ സ്പെഷ്യൽ സാങ്ഷൻ ആവശ്യമാണ്. ഡ്രാഫ്റ്റിട്ട് ഫയൽ ഡപ്യൂട്ടി സെക്രട്ടറി ഇടിക്കുളസാറിനു പോയിട്ടുണ്ട്. സാർ ഇന്നു ലെയിറ്റ് പെർമിഷനാണ്.”

“മണ്ണാംകട്ട! ഹൗസിങ് സെല്ലിന് സാങ്ഷൻ തരാൻ വയ്യെങ്കിൽ അവരെല്ലാംകൂടി ഇവിടെ വന്നിരുന്ന് ഉറക്കമിളച്ച് എലിയെ മുഴുവൻ പിടിച്ചു തരട്ടെ.” സെക്രട്ടറി അലറി.

“അതു വേണ്ടാ സാർ. ഒരാഴ്ചത്തേക്ക് സാങ്ഷൻ വരുന്നുണ്ട്. ഒരാഴ്ചകൊണ്ടു ശല്യം തീരും.”

“എന്തോന്നാണു സാർ പ്രശ്നം? സാർ ആകപ്പാടെ ചൂടായിരിക്കുന്നല്ലോ.” പണ്ടു തന്റെ അഡീഷനൽ സെക്രട്ടറിയായിരുന്നു. അൽപ്പം സാഹിത്യത്തിന്റെയും പ്രമേഹത്തിന്റെയും ഉപദ്രവമുള്ള കുഞ്ഞുരാമക്കുറുപ്പാണ്. പെൻഷൻ വാങ്ങാനോ മറ്റോ വന്നതാകണം.

“എലിയുടെ ശല്യം സഹിക്കാൻ വയ്യാതായിരിക്കുന്നു, കുഞ്ഞിരാമക്കുറുപ്പേ ദേണ്ടെ കിടക്കുന്നു, നോക്കണം. ഇൻഡസ്ട്രീസ് ഡിപ്പാർട്ട്മെന്റിൽനിന്നു കൊണ്ടുവച്ചിരുന്ന രണ്ടു ഫയലും റവന്യൂ ഡിപ്പാർട്ട്മെന്റിൽനിന്നു കൊണ്ടുവച്ചിരുന്ന മൂന്നു ഫയലും കടിച്ചു കീറിയിരിക്കുന്നു. ആ കാഷ്ഠിച്ചിരിക്കുന്നതു മുഴുവൻ ടാക്സസ് ഡിപ്പാർട്ട്മെന്റിലെ ഫയലുകളാണ്. മൂത്രമൊഴിച്ചിരിക്കുന്നതു പൊതുഭരണവകുപ്പിലെ ഫയലും!”

കുഞ്ഞിരാമക്കുറുപ്പു പൊട്ടിച്ചിരിച്ചു.

“ഇത് ഇന്നും ഇന്നലെയും തുടങ്ങിയതല്ല സാർ. ഇഞ്ചിക്കറി ഗോപാലപിള്ളയദ്യം സെക്രട്ടറിയായിരുന്ന കാലത്ത് അദ്ദേഹമിരുന്ന മുറിയാണിത്.”

കുറുപ്പ് പുരാവസ്തുപരാമർശത്തിനുള്ള പുറപ്പാടാണ്.

“ഇഞ്ചിക്കറിയും മാങ്ങാക്കറിയും! ഗോപാലപിള്ളയദ്യത്തിന് എലികളെ ഇഷ്ടമായിരുന്നിരിക്കണം. ഞാൻ പുലിക്കരണമാ. എനിക്ക് എലിയെ കണ്ടുകൂടാ.”

“അല്ലല്ല, ഞാൻ പറഞ്ഞുവെന്നേയുള്ളു. ഇഞ്ചിക്കറിയദ്യം എലികളെ ഓടിക്കാൻ എന്നെയാണ് ഏർപ്പാടുചെയ്തിരുന്നത്. ഞാൻ അന്നുവെറും പയ്യൻ. എഡ്യൂക്കേഷനിൽ ക്ലാർക്ക്. ഫാർട്ടിഫൈവ്–സെവന്റിഫൈവാണ് അന്നത്തെ സ്കെയിൽ. ഓർമ ശരിയാണെങ്കിൽ നൂറ്റിരുപത്തൊന്നിൽ, അതായത് സി പി പോയ കൊല്ലം......”

“ചത്തുപോയ ഇഞ്ചിക്കറിതന്നെ എലിയായി പുനർജനിച്ച് സെക്രട്ടറിയേറ്റിലെ ഫയലുകളോടുള്ള സ്നേഹംകൊണ്ടു രാത്രിതോറും ഇവിടെവന്ന് ഫയൽ കടിച്ചുകീറുന്നതായിരിക്കണം.” സെക്രട്ടറി പിറുപിറുത്തു.

കുഞ്ഞിരാമക്കുറുപ്പ് മുറിയുടെ മഹത്തായ പാരമ്പര്യത്തിലേക്കു കടന്നു.

“ഇഞ്ചിക്കറിയദ്യം മാത്രമോ? ശിവ ശിവ! ആരൊക്കെയാ ഈ മുറിയിൽ ഇരുന്നിട്ടുള്ളതെന്നറിയാമോ സാർ? കടുവാ രാമയ്യർ, വെള്ളിമീശ കേശവയ്യൻസ്വാമി, പുതുവൽ കുട്ടൻപിള്ളയദ്യം, മാത്തൻ പേഷ്കാർ, ഊളൻ നാറാപിള്ളയദ്യം, ചെറിയ ഭൂതലിംഗംപിള്ള.....”

“ചെറിയ ഭൂതലിംഗവും വലിയ ഭൂതലിംഗവും! ഈ പഴംപുരാണമൊക്കെ പറഞ്ഞിട്ട് എന്താഹേ പ്രയോജനം? ചത്തുപോയ കടുവായേയും വെള്ളിമീശയേയും ഊളനേയും ഒക്കെ എലികൾക്കു വല്ല ബഹുമാനവുമുണ്ടോ?”

“അതല്ല സാർ സംഗതി. പഴക്കമുള്ള കെട്ടിടമാണ്. കുറച്ചു വലുതുമാണല്ലോ. നൂറ്റിപതിനെട്ടു കൊല്ലം! സാർ കേട്ടുകാണും, സെക്രട്ടേറിയറ്റിനെക്കുറിച്ചുള്ള ശ്ലോകം. ശ്രീകണ്ഠേശ്വരം പത്മനാഭപിള്ളയുടെ ഹജുർവിലാസം മണിപ്രവാളത്തിൽനിന്നുള്ളതാണ്.

ശ്രീമാനാം ഭുജഗർക്ഷജക്ഷിതിധവൻ
മന്ദാരദാരൂപമൻ,
ധീമാൻ മാധവരായർ മന്ത്രിതിലകൻ,
ബാർട്ടൻ മഹാനിഞ്ചിനീർ.....
കേമന്മാരിവരാണുപോൽ പണി കഴി–
പ്പിച്ചുള്ളതിക്കെട്ടിടം
സാമോദം ശൃണു! കൊല്ലമായിരമൊടും
നാൽപ്പത്തിനാലായതിൽ.

ഭുജഗർക്ഷജൻ എന്നുവച്ചാൽ ആയില്യംതിരുനാൾ.”

മല്ലിനാഥൻ കുഞ്ഞിരാമക്കുറുപ്പിന്റെ വ്യാഖ്യാനം പൂർത്തിയായില്ല. അതിനിടയ്ക്ക് ജോയിന്റ് ലേബർ കമ്മീഷണർ കുട്ടി ഹസൻകുട്ടിയുടെ വരവായി. സെക്രട്ടറി പ്രശ്നം വിശദീകരിച്ചു. കുട്ടി ഹസൻകുട്ടി ആശ്വസിപ്പിച്ചു:

"എലികളുടെ ഒരു കോഡ് ഓഫ് കോൺഡക്ട് ആവിഷ്കരിച്ചു നടപ്പിലാക്കിയാലെന്താണു സാർ? അതായത്, ഒരു പെരുമാറ്റച്ചട്ടം?"

കളിയായിട്ടാണോ കാര്യമായിട്ടാണോ ജോയിന്റ് ലേബർ കമ്മീഷണർ തന്റെ നിർദേശം മേശപ്പുറത്തു വച്ചതെന്നറിയാൻ സെക്രട്ടറി അദ്ദേഹത്തിന്റെ മുഖത്തേക്കു നോക്കി. തികച്ചും ഗൗരവമാണ് ആ മുഖത്ത്.

"എന്നാൽ ഒരു കാര്യം ചെയ്യണം. കുട്ടി ഹസൻകുട്ടിതന്നെ എല്ലാ മൂഷിക സംഘടനകളുടെയും പ്രസിഡന്റുമാരുടെയും ജനറൽ സെക്രട്ടറിമാരുടെയും ഒരു യോഗം ഉടൻ വിളിച്ചുകൂട്ടണം."

"സാർ, ഞാൻ പറഞ്ഞത്...."

"ഏഭ്യത്തരം, അല്ലാതെന്തോന്ന്? എലികൾക്കു പെരുമാറ്റച്ചട്ടംപോലും! ഇതു പറയാനാണോ ഹേ കാസർകോട്ടുനിന്നും നിങ്ങൾ ഇതുവരെ വന്നത്?" സെക്രട്ടറിയുടെ ആത്മനിയന്ത്രണം നിശ്ശേഷം നശിച്ചു.

ഒരാഴ്ച കഴിഞ്ഞു. ഓരോ ദിവസവും ഓരോ എലി എലിപ്പത്തായത്തിൽ വീണു ധീരരക്തസാക്ഷിയായിക്കൊണ്ടിരുന്നു. പെട്ടെന്ന് ഒരു ദിവസം പത്തായം അപ്രത്യക്ഷമായി. സെക്രട്ടറി വീണ്ടും പത്മാകരൻനായരെ വിളിച്ചു. വേറെ ആരെ വിളിക്കാൻ?

"പ്രശ്നം അൽപ്പം സീരിയസാണു സാർ. ഒന്നാമത് റാറ്റ് കാച്ചേഴ്സിന് ഇപ്പോൾ കൊടുക്കുന്ന പ്രതിഫലം തീരെ കുറവാണെന്നാ അവരുടെ പരാതി. 1964–ൽ ഫിക്സ്ചെയ്തതാണ് ജി ഒ ആർ ടി 918/പി ഡി/64 വെറും അൻപതുപൈസ. ഫോർ എവരി റാറ്റ് ഓർ മൗസ് ഓർ പാർട്ട് ദെയർ ഓഫ്–പാർട്ട് ദയർ ഓഫ് എന്നുവച്ചാൽ എന്താഹേ അർഥം? ഒരെലിയുടെ പകുതിയോ മുക്കാലോ മുണ്ടാണിയോ ഒക്കെയായിട്ട് പിടിക്കാൻ ഒക്കുമോ? അതോ ഗൗളി ആക്രമണം വരുമ്പോൾ വാൽ മുറിച്ചിട്ടിട്ട് ഓടുന്നതുപോലെ സെക്രട്ടേറിയറ്റിലെ എലികളും ശരീരത്തിന്റെ ഏതെങ്കിലും ഭാഗം ഉപേക്ഷിച്ചിട്ട് ഓടിക്കളയുമോ?"

"അതൊന്നും ജി ഒ-യിൽ പറയുന്നില്ല സാർ. ഫോർ എവരി റാറ്റ് ഓർ മൗസ് ഓർ പാർട്ട് ദെയർ ഓഫ് പൈസേ ഫിഫ്റ്റി ഒൺലി. എന്നേ ജി ഒ-യിൽ പറയുന്നുള്ളു. അതു പുനർനിർണയം ചെയ്യാൻ ഒരു കമ്മീഷനെ വയ്ക്കണമെന്ന് ഓൾ കേരള റാറ്റ് കാച്ചേഴ്സ് കോൺഫെഡറേഷൻ നിവേദനം കൊടുത്തിട്ടുണ്ട്. തീരുമാനമൊന്നും ആയില്ല."

"പോകട്ടെ, അൻപതു പൈസ എന്റെ പോക്കറ്റിൽനിന്നു കൊടുക്കാം. ഫോർ എവരി റാറ്റ് ഓർ മൗസ്; എലൈവ് ഓർ ഡെഡ്.

ഇത്രേയുള്ളോ സംഗതി?"

"ഇല്ല സാർ. തീർന്നില്ല. ഇവിടെ വന്നുകൊണ്ടിരുന്നതു സീനിയർ റാറ്റ് കാച്ചറാണ്. അയാളുടെ തസ്തികയുടെ കാലാവധി ഈ മാസം 3-ാം തീയതി തീർന്നു. ഇനി കൺടിന്യൂവേഷൻ സാങ്ഷൻ വന്നാലേ അയാൾക്ക് എലിയെ പിടിക്കാൻ അധികാരമുള്ളു."

"സീനിയർ മൂഷികസംഹാരിയുടെ കീഴിൽ വേറെ ആരും ഇല്ല്യോ?" സെക്രട്ടറി അക്ഷമനായി ചോദിച്ചു.

"പ്രശ്നം അതല്ല സാർ. ഓരോരുത്തർക്കും വർക്ക്ലോഡ് നിശ്ചയിച്ചിട്ടുണ്ട്. സെക്രട്ടറിമാരുടെയും കമ്മീഷണർമാരുടെയും മുറികളിലെ എലികളെ പിടിക്കാനുള്ള അധികാരം സീനിയർ റാറ്റ് കാച്ചർക്കു മാത്രമേയുള്ളു. കുഴപ്പമില്ല സാർ. സാങ്ഷന് എഴുതിപ്പോയിട്ടുണ്ട്."

"അതുവരെ എലികളുടെ ശല്യം ഞാൻ സഹിക്കണം എന്ന്! ഗംഭീരം! ഒരു പോംവഴിയുണ്ട്. ഞാൻതന്നെ ഒരു എലിപ്പത്തായം വാങ്ങിച്ച് ഓരോ കഷണം ശർക്കരയോ തേങ്ങാപ്പൂളോ വച്ച് ഇവിടെ കാത്തിരിക്കാം, എന്താ?"

മറുപടി പറഞ്ഞതു മുറിയിൽ കടന്നുവന്ന കൃഷിവകുപ്പു സെക്രട്ടറി ജോസഫാണ്.

"സാർ ഇംഗ്ലീഷ് സാഹിത്യം പഠിച്ചിട്ടുള്ള ആളാണല്ലോ. പഴയ ബ്രൗണിങ്ങിന്റെ കവിതയിലെപ്പോലെ ഒരു പൈഡ് പൈപ്പറെ എവിടെ നിന്നെങ്കിലും കൊണ്ടുവന്നാൽ സാറിന്റെ മാത്രമല്ല എല്ലാ വകുപ്പുകളിലെയും എലികളെ സംഹരിക്കാം!"

തമാശ കേൾക്കാനും പറയാനുമുള്ള മൂഡിലായിരുന്നില്ല സെക്രട്ടറി. അദ്ദേഹം ഒന്നു മൂളകമാത്രം ചെയ്തു. ബ്രൗണിങ്ങും പൈഡ് പൈപ്പറും!

പ്രശ്നം അവസാനിച്ചില്ല. ഒരു ഉൾനാടൻയോഗത്തിലെ സ്വാഗതപ്രസംഗംപോലെ അതു നീണ്ടുപോയി. ഒരുദിവസം രണ്ടാം സ്റ്റെനോഗ്രാഫർ സരോജദളനേത്രിയമ്മ വന്നറിയിച്ചു:

"സാർ, നാളെമുതൽ എലിപ്പത്തായം വയ്ക്കുകയില്ലെന്നു സീനിയർ റാറ്റ് കാച്ചർ വേലപ്പൻ പറഞ്ഞിട്ടുപോയി."

"അതെന്താ? വേലപ്പൻ ജൈനമതത്തിൽ ചേർന്നോ? അഹിംസാവ്രതം സ്വീകരിച്ചോ?"

"അല്ലല്ല, പ്രശ്നം വേറെയാണ്. പെരിച്ചാഴിക്കും ചുണ്ടെലിക്കും അലോട്ട്മെന്റ് വെവ്വേറെയാണ്. പെരിച്ചാഴിയുടെ മൈനർ ഹെഡിലുള്ള അലോട്ട്മെന്റ് തീർന്നു. തൊഴിൽവകുപ്പു സെക്രട്ടറിയുടെ മുറിയിൽ ശല്യം ചെയ്യുന്നതെല്ലാം പെരിച്ചാഴികളാണ്. അലോട്ട്മെന്റ് തീർന്നതുകൊണ്ട് ഇനി പത്തായം വയ്ക്കാൻ ഒക്കില്ലെന്നു വേലപ്പൻ പറയുന്നു."

സെക്രട്ടറി ക്ഷോഭിച്ചു:

"എന്നാൽ ഒരു കാര്യം ചെയ്യാം. നാളെമുതൽ പെരിച്ചാഴികളൊന്നും ഇങ്ങോട്ടു വന്നുപോകരുതെന്നും ചുണ്ടെലികൾ മാത്രമേ വരാവുയെന്നും വന്നാൽത്തന്നെ ഫയലുകൾ ഒന്നും കരളരുതെന്നും സർവോപരി ഫയലുകളുടെമേൽ ഒന്നിനും രണ്ടിനും പോകരുതെന്നും കർശനമായി താക്കീതുചെയ്തുകൊണ്ട് ഇംഗ്ലീഷിലും മലയാളത്തിലും ഹിന്ദിയിലും ഓരോ നോട്ടീസെഴുതി ഭിത്തിയിൽ ഒട്ടിക്കാം. എന്താ?"

സെക്രട്ടറിയുടെ മൂഡ് കണ്ടു ഭയന്ന സരോജദളനേത്രി ഹിമഗിരിപുത്രി പതുക്കെ പിൻവാങ്ങി.

സെക്രട്ടറി ചിന്താഭാരംകൊണ്ടു വിവശനായി കസേരയിൽ ചാരിക്കിടന്നു. തന്റെ മുറിയിൽ യാതൊരു കൂസലും പേടിയും കൂടാതെ ആവിഷ്കാരസ്വാതന്ത്ര്യം പ്രകടിപ്പിക്കുന്ന എലികൾ ഏതു വിഭാഗത്തിൽപ്പെട്ടവയാണെന്നു കണ്ടുപിടിക്കാൻ എന്തുമാർഗം? ആരെങ്കിലും എലികളുടെ സെൻസസ് എടുത്തിട്ടുണ്ടോ? എലികൾക്കു വോട്ടർപ്പട്ടിക ഉണ്ടോ? തിരുവനന്തപുരം താലൂക്കിലെ വഞ്ചിയൂർ അധികാരത്തിൽ ടി പ്രവൃത്തിയിൽ സെക്രട്ടേറിയേറ്റിൽ പഴയ കെട്ടിടത്തിൽ താമസം മരുമക്കവഴി മുപ്പത്തിയഞ്ചു വയസുള്ള പെരിച്ചാഴികൊച്ചുകിട്ടൻ, ടിയിൽ ചുണ്ടെലി നാണപ്പൻ എന്നുംമറ്റും എവിടെയെങ്കിലും പേരുവിവരപ്പട്ടിക പ്രസിദ്ധീകരിച്ചിട്ടുണ്ടോ?

അനഭിമതനായ ഒരു പെരിച്ചാഴിയെപ്പോലെ കുഞ്ഞിരാമക്കുറുപ്പു വീണ്ടും കടന്നുവന്നു.

"എന്താണു സാർ വല്ലാണ്ടിരിക്കുന്നത്? എലികളുടെ ശല്യം തീർന്നില്ലേ? ഇഞ്ചിക്കറിയദ്യം പറയുമായിരുന്നു–"

"ഒരു നിവൃത്തിയുമില്ല കുഞ്ഞിരാമക്കുറുപ്പേ. പെരിച്ചാഴിയുടെ അലോട്ട്മെന്റ് തീർന്നുപോയി. ചുണ്ടെലിയുടെ മൈനർ ഹെഡിൽനിന്നും ബജറ്റ് മാനുവൽ പാര:95(3) അനുസരിച്ച് ചുണ്ടെലി ഹെഡിൽനിന്നും പെരിച്ചാഴിഹെഡിലേക്ക് ഡൈവർട്ട് ചെയ്യാമോ എന്നു പരിശോധിച്ചുവരികയാണ്. ടു ബി റഗുലറൈസ്ഡ് ലേറ്റർ."

"എനിക്ക് ഒരു ഐഡിയാ തോന്നുന്നു സാർ." കുഞ്ഞിരാമക്കുറുപ്പ് ഒരു എലി കടിച്ചതുപോലെ കസേരയിൽനിന്നു ചാടിയെഴുന്നേറ്റു.

"എന്തോന്നാ? എലികൾക്കെതിരെ നിരാഹാരസത്യാഗ്രഹം ആരംഭിച്ചുകളയാം എന്നോമറ്റോ ആണോ?" സെക്രട്ടറി നിരുന്മേഷനായി ചോദിച്ചു.

"നോ സാർ. ഞാൻ അഗ്രിക്കൾച്ചറൽ പ്ലാനിങ്ങിൽ ജോയിന്റ് സെക്രട്ടറിയായിരുന്നിട്ടുണ്ട്. എലിനശീകരണത്തിന് അവർക്ക് ഇഷ്ടംപോലെ ഫണ്ടുണ്ട്. അതിൽനിന്നും കുറച്ച് ഇങ്ങോട്ടു ഡൈവർട്ട് ചെയ്യാൻ പറയാം."

"എന്തോന്നു ഡൈവർട്ട് ചെയ്യാനാ?" മുറിയിലേക്കു കടന്നുവന്ന കൃഷിവകുപ്പുസെക്രട്ടറി ചോദിച്ചു.

"അല്ല സാർ. അഗ്രിക്കൾച്ചറിൽ എലിനശീകരണം എന്നൊരു പ്ലാൻ സ്കീമുണ്ട്. എലിയെ നശിപ്പിക്കണമെന്നല്ലേയുള്ളു. അതു സെക്രട്ടേറിയേറ്റിലെ എലിയായാലും നാട്ടിൻപുറത്തെ എലിയായാലും പെരിച്ചാഴിയായാലും ചുണ്ടെലിയായാലും വ്യത്യാസമില്ലല്ലോ?" കുഞ്ഞിരാമക്കുറുപ്പിന്റെ നിർദേശം.

"തന്നോട് ആരാ ഈ വിഡ്ഢിത്തമൊക്കെ പറഞ്ഞുതന്നത്?"

"സെക്രട്ടേറിയേറ്റിൽ കയറി തൊഴിൽവകുപ്പിലെ ഫയലുകൾ കരളുന്ന എലികളെ നശിപ്പിക്കാൻ ആ ഫണ്ടിൽനിന്ന് ഒരു കൊച്ചുകാശു പോലും ചെലവാക്കാൻ പറ്റുകില്ല. ഹൈലി ഇറെഗുലർ."

"എന്ന് ഏതു മനുസ്മൃതിയിലാ എഴുതിവച്ചിരിക്കുന്നത്?" തൊഴിൽ വകുപ്പു സെക്രട്ടറി ദേഷ്യത്തോടെ ചോദിച്ചു.

"മനുസ്മൃതിയിലൊന്നുമല്ല സാർ. ലോകബാങ്കിന്റെ പദ്ധതിയാ. സാറിന്റെ മുറിയിൽ നിത്യസന്ദർശനം നടത്തുന്ന എലികളെ സംഹരിക്കണമെങ്കിൽ കേന്ദ്രഗവൺമെന്റിന്റെ കൃഷിവകുപ്പുവഴി ലോകബാങ്കിനെഴുതി സ്പെഷ്യൽ സാങ്ഷൻ വാങ്ങിച്ചാലേ ഒക്കൂ." ജോസഫ് വിശദീകരിച്ചു.

"ഒന്നാന്തരം ആശയം! ഇന്നുതന്നെ എഴുതാം. വേണമെങ്കിൽ താൻ അത്രടം പോയി വേൾഡ് ബാങ്ക് പ്രസിഡണ്ടിനെ ഒന്നു നേരിട്ടുകണ്ടു നമ്മുടെ പ്രയാസങ്ങളൊക്കെ ബോധിപ്പിക്ക്." ശ്രമസചിവൻ ഈർഷ്യയോടെ പറഞ്ഞു.

അതിഥികൾ പോയിക്കഴിഞ്ഞപ്പോൾ സെക്രട്ടറി വീണ്ടും ചിന്താമഗ്നനായി. രാജസ്ഥാനിൽ എവിടെയോ ഒരു ക്ഷേത്രമുണ്ടെന്നു കേട്ടിട്ടുണ്ട്. കർണീദേവിയെന്നാണ് അവിടെ പ്രതിഷ്ഠിച്ചിട്ടുള്ള ദേവതയുടെ പേര്. ആ ദേവതയ്ക്ക് എലികളോടു വലിയ വാത്സല്യമാണത്രേ. ക്ഷേത്രം നിറയെ എലികളാണ്. ആരും അവയെ ഉപദ്രവിക്കുകയില്ല. എന്നുമാത്രമല്ല ബീഡിയും മുറുക്കാനും ചായയും വടയുമൊക്കെ യഥേഷ്ടം വാങ്ങിച്ചുകൊടുക്കുകയും ചെയ്യും. ഏതായാലും കർണീദേവിയുടെ ക്ഷേത്രത്തിൽ നിന്നും മേൽശാന്തിയെയോ കീഴ്ശാന്തിമാരെയോ ഒന്നും സെക്രട്ടേറിയറ്റിലേക്കു ഡപ്യൂട്ടേഷനിൽകൊണ്ടുവരാൻ വകുപ്പില്ല. സെക്രട്ടറി ആ ചിന്ത ഉപേക്ഷിച്ചു.

പെട്ടെന്നു സെക്രട്ടറിയുടെ തലയിൽ ഒരു ഫ്ളാഷ്. ഉത്സാഹത്തോടെ അദ്ദേഹം പത്മാകരൻനായരെ വിളിച്ചു.

ചിത്രഗുപ്തൻ ഹാജരായി.

"ഞാനൊരു കണ്ടൻപൂച്ചയെ വളർത്താൻപോകുന്നു. സെക്രട്ടേറിയറ്റിനകത്ത് ഈ മുറിയിൽ. എന്റെ ചാരുകസേരയ്ക്കപ്പുറത്ത് അവന് ഒരു ഇരിപ്പിടവും ഒരുക്കാൻപോകുന്നു."

പത്മാകരൻ മിഴിച്ചുനിന്നു.

“എന്തുഹേ മിഴിക്കുന്നത്? സങ്കരവർഗത്തിൽപ്പെട്ട ഒരു അത്യൂർജിത കണ്ടൻപൂച്ചയെ മൃഗസംരക്ഷണവകുപ്പിൽനിന്നു വരുത്തും. സെക്രട്ടേറിയറ്റ് കണ്ടിജൻസിയിൽനിന്ന് അവന്റെ ഭക്ഷണച്ചെലവുകൾ വഹിക്കും. പാൽ, ഇറച്ചി, ഫിഷ്മോളി, ബിരിയാണി, കട്‌ലറ്റ് തുടങ്ങിയ വിഭവങ്ങൾ ദിവസവും കൊടുക്കും.”

“സർ, അതിനു പ്രൊവിഷനില്ല. വേണമെങ്കിൽ ഹൗസ് കീപ്പിങ് സെല്ലിലൊന്നന്വേഷിക്കാം.”

“വേണ്ട വേണ്ട! ഹജുർകച്ചേരിയിൽ എലികൾക്കു വിളയാടാമെങ്കിൽ പൂച്ചയെ വളർത്തുകയും ആകാം!”

2

ഒരു വീഡിയോ വീരഗാഥ

തെങ്ങിനു കൂമ്പുചീയൽരോഗം.

കമുകിനു മാഹാളിരോഗം.

നെല്ലിനു പോളരോഗം.

കന്നുകാലികൾക്കു കുളമ്പുരോഗം.

പള്ളിക്കൂടംപിള്ളേർക്ക് വ്യാപകമായി വൈറൽ ഫീവർ.

ഇതുപോലൊരു രോഗം നമ്മുടെ സമൂഹത്തേയും കലശലായി ഗ്രസിച്ചിരിക്കുന്നു. അവന്റെ പേരാകുന്നു വീഡിയോ ഫീവർ.

വീഡിയോ ഇല്ലാതെ ഇപ്പോൾ ഒരു ചടങ്ങും ഇല്ലെന്നുവന്നിരിക്കുന്നു. ദാരിദ്ര്യരേഖയ്ക്കു താഴെ കൂനിക്കൂടിയിരിക്കുന്നവർ മുതൽ ലോക്കൽ ധീരുബായി അംബാനിമാരും നുസ്ലി വാഡിയാമാരും വരെ സകലമാനജ നങ്ങൾക്കും പുളികുടി, പുലകുളി, തെരണ്ടുകുളി, താലികെട്ടുകല്യാണം എന്നുവേണ്ട, സർവചടങ്ങുകൾക്കും വീഡിയോ അത്യന്താപേക്ഷിതമാ യിരിക്കുന്നു.

അമേരിക്കയിലെയും മറ്റുംപോലെ നമ്മുടെ നാട്ടിൽ കുടുംബബന്ധ ങ്ങൾക്കു സാരമായ ഇളക്കംതട്ടിയിട്ടുള്ള പശ്ചാത്തലത്തിൽ, സ്വാതിതി രുനാൾ രാമവർമ്മ എന്നൊരു മഹാരാജാവു തിരുവിതാംകൂറിൽ ജീവിച്ചി രുന്നിട്ടേയില്ലെന്നു വീണവിദ്വാൻ ചെന്നൈ ബാലചന്ദർ തട്ടിമൂളിച്ചിരിക്കു ന്നതുപോലെ, കല്യാണം കഴിഞ്ഞു നാലാംപക്കം ചിരംജീവിയായ ഞാൻ സൗഭാഗ്യവതിയായ ഇന്നാരെ കല്യാണം കഴിച്ചിട്ടേയില്ലെന്ന് ഏതെങ്കിലും പുതിയാപ്ല തള്ളിപ്പറഞ്ഞുകളഞ്ഞെങ്കിലോ എന്നു ഭയന്നായിരിക്കണം കല്യാണച്ചടങ്ങുകൾക്കു താലിയും മന്ത്രിയും മന്ത്രകോടിയുംപോലെ വീഡിയോയും നിർബന്ധമാക്കിയിരിക്കുന്നത്-വാദിഭാഗം തെളിവ്, അക്ക പ്രമാണം.

അതുപോകട്ടെ, ഒന്നോ അതിലധികമോ വീഡിയോവാലാകൾ ഒറ്റയായും സംഘംചേർന്നും സംപൂജ്യരായ അതിഥികളായ നമ്മുടെ നേർക്കു പൃഷ്ഠം തിരിച്ചുനിന്ന് വരന്റെയും വധുവിന്റെയും ചുറ്റും ഒരു മിനിമനുഷ്യക്കോട്ട കെട്ടി അനർഘമുഹൂർത്തം നമുക്കു കാണാൻകഴിയാതെ വരുത്തുന്നതു സഹിക്കാം. സഹിക്കാൻ വയ്യാത്ത മറ്റൊന്നുണ്ട്. ചലച്ചിത്രങ്ങൾക്കെന്നപോലെ വീഡിയോയ്ക്കും ഒരു സംവിധായകൻ വേണമെന്നുവന്നിരിക്കുന്നു. നിശ്ശബ്ദചിത്രങ്ങളിലെപ്പോലെ വെറും ഒഴുക്കൻമട്ടിലുള്ള ചിത്രീകരണംകൊണ്ട് ഈ കുറസോവായ്ക്കു തൃപ്തിയില്ല. സന്ദർഭാനുസരണം അൽപ്പം 'ഘനം'കൂടി ചേർത്താലേ ഇവനു മതിയാകുകയുള്ളു. ഈ ക്രൂരകൃത്യമാണു തീരെ ദുഃസഹം.

ഒഴിച്ചുകൂടാനാവാത്ത ചില പ്രാരബ്ധങ്ങൾമൂലം ഈയിടെ ഒരു കല്യാണത്തിൽ പങ്കെടുക്കാൻ കഴിയാതെപോയി. വധുവിന്റെ അച്ഛൻ ഒരു പഴയ സുഹൃത്താണ്. കല്യാണത്തിനോ വന്നില്ല. എന്നാൽ ചടങ്ങുകളെങ്കിലും വീട്ടിലിരുന്നു കാണണമെന്നു നിർബന്ധമുള്ളതുകൊണ്ടായിരിക്കണം അദ്ദേഹം മാമാങ്കത്തിന്റെ വീഡിയോ കാസറ്റ് കൊടുത്തയച്ചത്.

ഉഗ്രൻ പടം. ഒരു ശശിയേട്ടൻചിത്രത്തിന്റെ ദൈർഘ്യം. കല്യാണദിവസം വെളുപ്പിനെ ആരംഭിച്ച് കല്യാണം കഴിഞ്ഞു നല്ലവാതിൽ കാണാൻ പെണ്ണിനെ തന്തപ്പടി സകടുംബം ചെറുക്കന്റെ വീട്ടിലേക്ക് എഴുന്നള്ളുന്നതുവരെ നീണ്ടുപോകുന്നു–രാമാനന്ദ സാഗറിന്റെ ടെലിവിഷൻപുരാണം പോലെ.

മൂന്നുമണിക്കൂർ ഇരുന്നുകൊടുത്തു. ധനകാര്യമന്ത്രി ബജറ്റ്പ്രസംഗം വായിച്ചുതീരുന്നതിനിടയ്ക്കു പതിനേഴു തവണ വെള്ളംകുടിച്ചു എന്നും മറ്റും പത്രക്കാർ എഴുതുന്നതുപോലെ ഇടയ്ക്ക് ഒട്ടേറെത്തവണവെള്ളം കുടിക്കേണ്ടിവന്നു. വിശേഷിച്ചു ദാഹമുണ്ടായിട്ടല്ല. പ്രമേഹവും ഇല്ല. പിന്നെന്തുകൊണ്ട്? വീഡിയോ സംവിധായകനായ നാടൻ ഫെല്ലിനി അതിൽ ചേർത്തിരിക്കുന്ന ഗാനങ്ങൾ കേട്ടതുകൊണ്ട്!

രംഗം ഒന്ന്: വധുവിന്റെ വീട്. "കഴിഞ്ഞകാലത്തിൻ കല്ലറയിൽ, കരളിനഗാധമാം ഉള്ളറയിൽ" എന്ന പശ്ചാത്തലസംഗീതം. എങ്ങനെ?

രംഗം രണ്ട്: വധു കുളിക്കാൻ പോകുന്നു. "അവൾ നടന്നാൽ ഭൂമി കുലുങ്ങും." എന്നോമറ്റോ ഉള്ള ഒരു ഗാനമാണു പിൻപാട്ട്.

അടുത്തതുവധുവും തന്തയുംകൂടി അമ്പലത്തിൽ പോകുന്ന ഷോട്ട് "കണ്ണു തുറക്കാത്ത ദൈവങ്ങളേ, കരയാൻ അറിയാത്ത ദൈവങ്ങളേ" എന്നോമറ്റോ ഉള്ള ഒരു പാട്ട് പശ്ചാത്തലം.

(ഈശ്വരന് ഒന്നാംതരം കോംപ്ലിമെന്റ്!)

ബ്യൂട്ടീഷ്യന്റെ മുൻപിൽ വധു ആസനസ്ഥയായിരിക്കുന്നതാണ് അടുത്ത ദൃശ്യം. "മുക്കുറ്റി, തിരുതാളി, കാടും പടലും പറിച്ചു കെട്ടിത്താ" എന്ന കാവാലത്തിന്റെ ഗാനം പശ്ചാത്തലം. തുടർന്ന് ഒരുഗ്രൻ കാമറാട്രിക്ക്. നാണിച്ചിരിക്കുന്ന വധുവിന്റെ മരമോന്ത ഏഴോ എട്ടോ ഒരേ സമ

യത്ത്, ഈയാംപ്പാറ്റകൾ വിളക്കിന് ചുറ്റും പാറിപ്പറക്കുന്നതുപോലെ, മണ്ടൻപെട്ടിയുടെ സ്ക്രീനിൽ തെളിഞ്ഞു ചുറ്റിക്കറങ്ങുന്നു. "സമയമായില്ലപോലും, സമയമായില്ലപോലും, ക്ഷമയെന്റെ ഹൃദയത്തിൽ ഒഴിഞ്ഞു തോഴി" എന്ന പ്രസിദ്ധമായ ഈരടികളാണ് കൂടെ മുഴങ്ങുന്നത്!

അടുത്തത് വധുവും സഖികളുംകൂടി സൊറപറയുന്ന രംഗം. "നാദസ്വരത്തിന്റെ നാദം കേൾക്കുമ്പോൾ നാണംകുണുങ്ങരുതേ പെണ്ണേ" എന്നു ഘോരമായി കോടമ്പാക്കം കവിപാടുന്നു.

തുടർന്നു പന്തലിന്റെ ലോങ് ഷോട്ടും ക്ലോസപ്പും. കമുകറ പുരുഷോത്തമന്റെ "ആത്മവിദ്യാലയമേ" എന്ന പ്രസിദ്ധമായ ഗാനമാണ് ഇവിടെ പശ്ചാത്തലം. തികച്ചും സന്ദർഭോചിതം!

അടുത്തത് കതിർമണ്ഡപം. "സ്വന്തം ഹൃദയത്തിൻ ഉള്ളറയിൽ, എന്റെ സ്വപ്നത്തെ അടക്കിയ കല്ലറയിൽ" എന്ന യേശുദാസിന്റെ വിഷാദമധുരമായ ശാരീരം പിന്നണിയിൽ.

വരന്റെ തന്ത ക്ലിപ്പ് നാറാപിള്ള പെൻഷൻ ഇൻ ചാർജിന്റെ ക്ലോസപ്പാണ് അടുത്തത്. "കഴുകാ! ഹേ കഴുകാ!" എന്ന പിൻപാട്ട് ഉയരുന്നു. (നാറാപിള്ളയദ്യത്തിനു സംഗീതബോധം അശേഷവും ഇല്ലാത്തതുകൊണ്ട് ഈ പശ്ചാത്തലഗാനത്തിന്റെ ആന്തരാർഥം ആശാനു മനസിലായിക്കാണുകയില്ലെന്നു സ്പഷ്ടം. അത്രയും നല്ലത്!)

കതിർമണ്ഡപത്തിൽ കയറി. ഒരു വിളറിയ ചിരിയോടെ ചമ്രംപടിഞ്ഞിരിക്കുന്ന കല്യാണരാമനത്രേ അടുത്ത ദൃശ്യം. ആട്ടക്കാലശട്ടങ്ങളനുസരിച്ചുള്ള വെള്ള പോളിസ്റ്റർ ഷർട്ട്, ദുബായ് ഡബിൾ. "കനകസിംഹാസനത്തിൽ കയറിയിരിക്കുന്നവൻ ശൂനകനോ വെറും ശുംഭനോ" എന്ന അത്യന്തം അർഥവത്തായ ഗാനമത്രേ പശ്ചാത്തലം.

സർവാഭരണവിഭൂഷിതയായ വധു ആനയിക്കപ്പെടുമ്പോഴും ഗാനമുണ്ട്. "ആറാട്ടിനാനകൾ എഴുന്നള്ളി" എന്ന് ഗാനഗന്ധർവൻ ആനന്ദഭൈരവിയിൽ സംഗീതാമൃതം പൊഴിക്കുന്നു. (വധു മാത്രമല്ല, വിളക്കെടുക്കുന്ന വധുവിന്റെ അമ്മായിത്തള്ളയും കുറഞ്ഞത് എഴുപത്തഞ്ചു കിലോ തൂങ്ങും എന്ന് ഇവിടെ പ്രസ്താവിക്കേണ്ടതുണ്ട്.)

തുടർന്ന് സാക്ഷാൽ വിവാഹമുഹൂർത്തം. നാദസ്വരത്തിന്റെയും തകിലിന്റെയും കാതടപ്പൻ ശബ്ദം. അതിനെ വെല്ലുവിളിച്ചുകൊണ്ട് മഹാകവിയുടെ "ദേവദുന്ദുഭിതൻ ഹർഷമംഗളഘോഷം" എന്ന അത്യാധുനിക ഗാനം ഉയരുന്നു.

ദോഷം പറയരുതല്ലോ നമ്മുടെ വീഡിയോ ഡയറക്ടർ തികഞ്ഞ മതേതരക്കാരനാണ്. "ദയാപരനായ കർത്താവേ! ഈ ആത്മാവിനു കൂട്ടായിരിക്കണമേ" എന്നഗാനം വരൻ താലികെട്ടുമ്പോൾ പശ്ചാത്തലത്തിൽ തിരുകിയതുതന്നെ ഇതിന്റെ തെളിവ്.

നമ്രമുഖിയായ വധുവിന്റെ കൈകളിൽ വരൻ പുടവ കൊടുക്കുമ്പോൾ "ചക്കിക്കൊത്തൊരു ചങ്കരൻ" എന്ന മധുരകോമളമായ ഗാനം നമ്മെ പുളകംകൊള്ളിക്കുന്നു.

വരനും വധുവിനും മധുരം കൊടുക്കുക എന്നൊരേർപ്പാടുണ്ട്. "മണിയാൻചെട്ടിക്കു മണിമിഠായി, ഈ ആരോഗ്യസ്വാമിക്ക് റബറുമിഠായി" എന്ന അർഥഗംഭീരമായ ഗീതം ഇവിടെ നമ്മെ ആഹ്ലാദിപ്പിക്കുന്നു.

തുടർന്ന് ഉഗ്രൻ സദ്യയാണ്. "നാഴൂരി പാലുകൊണ്ട് നാടാകെ കല്യാണം" എന്ന ഭാസ്കരൻമാസ്റ്ററുടെ മറക്കാനാവാത്ത ഈരടികൾ ഇവിടെ തുന്നിച്ചേർത്തിരിക്കുന്നു. (വധുവിന്റെ തന്ത അറുപിശുക്കനാണെന്ന ദുഃസൂചന അദ്ദേഹത്തിന്റെ തലയിൽ കയറുകയില്ലെന്നു സമാധാനിക്കാം.)

സൗഭാഗ്യവതി ചിരംജീവിയുടെ വീട്ടിലേക്ക് യാത്രയാവുകയാണ്. "മറ്റൊരു സീതയെ കാട്ടിലേക്കയക്കുന്നു, ദുഷ്ടനാം ദുർവിധി വീണ്ടും" എന്ന സാമാന്യം ക്രൂരമായ ഒരു പ്രയോഗം ഇവിടെ നമ്മുടെ ബെർഗ്മാൻ ചെലുത്തിയിരിക്കുന്നു.

അതിഥികൾ ഭൂരിഭാഗവും ഒഴിഞ്ഞു. വിശേഷിച്ചു ജോലിയൊന്നുമില്ലാത്ത ചില മൂപ്പിലാന്മാരും വല്യമ്മമാരും പിറുങ്ങിണികളും പന്തലിൽ ചുറ്റിനടക്കുന്ന ദൃശ്യമാണ് അടുത്തത്. "കടത്തുവള്ളം യാത്രയായി! കരയിൽ നീമാത്രമായി" എന്ന് ഇവിടത്തെ പശ്ചാത്തലസംഗീതം. എപ്പടി?

"ചെകുത്താൻ കയറിയ വീട്" എന്ന് അത്യുച്ചത്തിൽ പിൻപാട്ടു മുഴങ്ങുമ്പോൾ ചെറുക്കന്റെ വീട്ടിൽ പെണ്ണും ചെറുക്കനും ചെന്നു കയറുന്ന ദൃശ്യം നമ്മേ സ്വാഗതംചെയ്യുന്നു. പെൻഷൻ ഇൻചാർജിനെ ഭയന്നാവണം, പ്രഥമരാത്രിയുടെ സൂചനമാത്രമേ സംവിധായകൻ നൽകുന്നുള്ളു. "വിടർന്ന മാറിലെ ആദ്യനഖക്ഷതം മറയ്ക്കുവാനേ കഴിയൂ" എന്ന ഗാനശകലത്തിൽ ഗംഭീരാശയനായ അദ്ദേഹം പറയേണ്ടതെല്ലാം ഒതുക്കിയിരിക്കുന്നു!

എന്തുപറയുന്നു വായനക്കാരേ? വീഡിയോയെക്കുറിച്ച് എന്റെ വകയായി ഒരു പാട്ടിന്റെ നുറുങ്ങുകൂടി: "നിങ്ങളീ ഭൂമിയിലില്ലായിരുന്നെങ്കിൽ നിശ്ചലം ശൂന്യമീ ലോകം!" (പ്രിയപ്പെട്ട വയലാർ പൊറുക്കട്ടെ-ഒപ്പം, എല്ലാ മാരണങ്ങളും സഹിക്കാൻ വിധിക്കപ്പെട്ടവരായ ജനം എന്നു പറയുന്ന നമ്മളും!)

3

ഒവ്വേ! മണിയനീച്ചനഗറുതന്നെ

സാംസ്കാരികതലസ്ഥാനത്തെ വിശ്രുതമായ സർക്കാർ അതിഥിമന്ദിരത്തിൽത്തന്നെ തനിക്കും പുത്രകളത്രങ്ങൾക്കും താമസസൗകര്യം കിട്ടിയപ്പോൾ കുഞ്ചുനായർ അത്ഭുതാനന്ദവിവശനായി. കോടംപക്കം മുതലാളിമാർ, അബ്ക്കാരി മുതലാളിമാർ, മരാമത്തു മുതലാളിമാർ, രാഷ്ട്രീയ വൻതോക്കുകൾ, തരകന്മാർ, പരീശർ, ചുങ്കക്കാർ ഇത്യാദി വരേണ്യവർഗം തള്ളിക്കയറുന്ന താവളമാകുന്നു കൃഷ്ണനിലയം. അവിടെ ഇമ്മിണി ബല്യ കൊമസ്തനായ തനിക്കും പരാതീനങ്ങൾക്കും ബോർഡിങ് ആൻഡ് ലോഡ്ജിങ്!

ഹന്ത ഭാഗ്യം ജനാനാം എന്നു നിരീച്ചു കുഞ്ചു.

കൃഷ്ണനിലയം സർക്കാർ ഗസ്റ്റ് ഹൗസുകളുടെ രാജാവാണ്; പാനവർഗങ്ങളിൽ സ്കോച്ചുതന്നെ എന്നു മഹാകവി പറഞ്ഞതുപോലെ. പണിയിച്ചതാരെന്നു നിശ്ചയം പോര. സ്ഥാനത്യാഗംചെയ്ത തമ്പുരാനോ ചൊവ്വര തീപ്പെട്ട തമ്പുരാനോ മദിരാശിയിൽ തീപ്പെട്ട തമ്പുരാനോ ആകാം. ഗംഭീരമായ ഒരു രാജഹർമ്യം. എങ്കിലോ! പണ്ടുപെരുമ്പടപ്പു മൂപ്പിൽസും നേത്യാരമ്മവർഗവും ഉദ്യാനസലിലക്രീഡാദികൾ നടത്തിയിരുന്ന പുണ്യപുരാണനികേതനം.

(ബാക്കി തിര്ല്ലാമല പിതാമഹൻ പറയും.)

"ച്ചാൽ, ഊണുമുറിയിലേക്കു നീങ്ങുകയല്ലേ?" കുഞ്ചു കുടുംബത്തോടു ചോദിച്ചു.

"പിന്നല്ലാതെ, വിശന്നു വീറു കിഴിഞ്ഞു." കോറസായി ഉത്തരം വന്നു.

ഊണുമുറിയിൽ കണ്ട കാഴ്ച അക്ഷരാർഥത്തിൽ ഞെട്ടിക്കുന്നതായിരുന്നു.

സകല മേശപ്പുറങ്ങളിലും ആർത്തിരമ്പുന്ന ഈച്ചകളുടെ സമൂഹം. മക്ഷികാഗണം.

എന്തു ഗൺ എന്നു വായനക്കാർ ശങ്കിച്ചേക്കാം. കഴിഞ്ഞമാസം ഡൽഹിയിൽ രാജ്യശ്രമസചിവോംകാ പച്ചീസ് വാം സത്ര് എന്നുകൂടി പേരുള്ള സംസ്ഥാന തൊഴിൽമന്ത്രിമാരുടെ ഇരുപത്തഞ്ചാം സമ്മേളനത്തിൽ കേട്ടതാണു പ്രയോഗം. സത്ര് എന്നുവച്ചാൽ സത്രം. സി പി സത്രം, മുനിസിപ്പൽ സത്രം, ദേവസ്വം സത്രം ഇത്യാദി സത്രമൊന്നുമല്ല. സമ്മേളനം ടി സത്രത്തിങ്കൽ ഓരോ ഗോസായിയും എഴുന്നേറ്റ്, അഗോസായികളായ നൃൂനപക്ഷകീടങ്ങളുടെ സാന്നിധ്യമേ അവഗണിച്ചുകൊണ്ട് "അധ്യക്ഷമഹോദയ്, മന്ത്രിഗൺ, സചിവ്ഗൺ, കർമചാരിഗൺ, നേതൃഗൺ" എന്നു കടുംപേച്ച് ആരംഭിക്കുന്നതു കേട്ടു. മെഷീൺഗൺ, സ്റ്റെൻ ഗൺ തുടങ്ങിയ ഗണ്ണുകൾ മാത്രം കേട്ടിരുന്ന കെരാലാ ഇസ്റ്റേറ്റ്കാരൻ കുഞ്ചസചിവൻ സംഗതി പിടികിട്ടാതെ അമ്പരക്കവേ, ഉള്ളിലിരുന്ന് അമരസിംഹക്കുറുപ്പു മുൻഷി മന്ത്രിച്ചു:

"സമവായശ്ചയോ ഗണഃ"

തലയിൽ വെളിച്ചം കയറി. ഗണം എന്നുവച്ചാൽ, കൂട്ടം. അത്രതന്നെ. മറ്റു ഗണ്ണുകളുമായി ഓനു ബന്ധമൊന്നുമില്ല!

പൂരം പ്രേക്ഷിക്കാൻ തേക്കിൻകാടു മൈതാനത്തും പരിസരത്തും തിങ്ങിക്കൂടുന്ന ജനലക്ഷങ്ങളെ അനുസ്മരിപ്പിക്കുന്ന ഈച്ചസമുദ്രം കണ്ടു കുഞ്ചുനായർക്ക് അറപ്പും വെറുപ്പും തോന്നി. പിള്ളാരുടെയും തള്ളയുടെയും മുഖം ചുളിഞ്ഞു.

"ഇവിടിരുന്നെങ്ങനാ നാലു പറ്റു വാരിത്തിന്നുന്നത്?" ശ്രീമതി കുഞ്ചു, ഈർഷ്യയോടെ.

"ഹ! ഞങ്ങക്കു ചോറു വേണ്ട. എന്തൊരു വൃത്തികേട്!" ബാല്യങ്ങൾ വ്യാക്ഷേപിച്ചു.

കുഞ്ചു പൊട്ടിത്തെറിച്ചു. അടുത്തുനിന്ന ബെയററോടു ഗർജിച്ചു: "എന്തോന്നു ഹേ ഇത്? മനുഷ്യർക്ക് ഇവിടിരുന്നു നേരെചൊവ്വേ വല്ലതും കഴിക്കാനൊക്കുമോ? വായിൽ ഈച്ച കേറുമല്ലോ. കുറച്ചു ഡറ്റോളോ മറ്റോകൊണ്ടു വല്ലപ്പോഴുമെങ്കിലും ഈ മേശകളൊക്കെ ഒന്നു തുടയ്ക്കാൻ മേലാവിൽനിന്ന് ഉത്തരവു വരണോ?"

കുഞ്ചുകി നിർവികാരനായി നിന്നതേയുള്ളു.

"തന്നോടാ ചോദിച്ചത്. ചെവി അടഞ്ഞുപോയോ? അതോ നാക്കു താണുപോയോ?" ക്രോധപൂർവം കുഞ്ചു ആക്രോശിച്ചു.

"ചൂടാകണ്ടാ ട്ടോ." കുഞ്ചുകി, പതിഞ്ഞ സ്വരത്തിൽ, നമ്മടെ കുന്നംകുളം ആക്സന്റിൽ.

"പിന്നെ തണുക്കണോ! ഒന്നാംതരം ഡൈനിങ് ടേബിൾ, പക്ഷേ, കണ്ടാൽ നാം വെള്ളം കുടിക്കത്തില്ല. തനിക്കൊക്കെ ശമ്പളം തരുന്ന സർക്കാരിനെ വേണം കുറ്റം പറയാൻ....."

"ശ് ശ്! ഒച്ചവച്ചിട്ടു കാര്യല്ലട്ടോ."

"സംസ്ഥാനസമ്മേളനമോ? ആരുടെ? എവിടെ?"

"ഈച്ചേന്റെ. കണ്ടാ മനസിലാവില്യേ?"

“ഈച്ചകളുടെ സംസ്ഥാനസമ്മേളനമോ? എന്റെ വടക്കുംനാഥാ!”

“ഒവ്വേ! ഈച്ചേന്റെ സംസ്ഥാനസമ്മേളനംതന്നെ. മണിയനീച്ചനഗറിൽ.”

“കുഞ്ചുനായരുടെ കണ്ണു തള്ളിപ്പോയി.”

“മണിയനീച്ചനഗറോ?”

“ഒവ്വേ! സംഘടനേടെ സ്ഥാപകനേതാക്കളിലൊരാളയിരുന്നേ മൂപ്പര്. കഴിഞ്ഞകൊല്ലം ആരോ തല്ലിക്കൊന്നു.”

“രാഷ്ട്രീയദുരുദ്ദേശത്തോടെ മൃഗീയമായി വധിച്ചു എന്നു പറകൂവേ.”

“ങാ, എന്നാൽ അങ്ങനായ്ക്കോട്ടെ.”

“അതായതു രക്തസാക്ഷി.....”

“അതന്നെ.”

“സമ്മേളനം എത്ര നേരത്തേക്കാ?”

“നേരത്തേക്കോ? ന്തൂട്ടു ചോദ്യാ മാഷേ ഇത്? ഏഴു ദിവസത്തെക്കാട്ടോ! ഏഴു ദിവസത്തേക്ക്. ഇപ്പം കൂടിയിരിക്കുന്നതു സ്റ്റിയറിങ് കമ്മറ്റിയാ.”

“ഭഗവാനേ! എന്നുവച്ചാൽ, ഏഴുദിവസത്തേക്ക് ഇവിടെ പെട്ടുപോകുന്ന തലേലെഴുത്തു പിഴച്ചവർക്കു ജലപാനം കഴിക്കാനൊക്കത്തില്ലന്നർഥം.....”

“സംഘടനാസ്വാതന്ത്ര്യോം തടയാൻ പറ്റില്ലാട്ടോ.” സഗൗരവം കുഞ്ചുകി.

“ഇങ്ങനെ ഒന്നും രണ്ടും പറഞ്ഞോണ്ടുനിന്നാൽ പിള്ളാരു വെശന്നു വെശന്നു തലകറങ്ങി താഴെവീഴും, പറഞ്ഞേക്കാം.” മദാം കുഞ്ചു അസഹ്യതയോടെ ഓർമിപ്പിച്ചു.

ഒരു ദൂരദർശനം. പ്രേക്ഷകന്റെ വെറുപ്പോടും നിസഹായതയോടും കുഞ്ചു സംസ്ഥാനസമ്മേളനത്തെ ഒന്നുകൂടി നോക്കി. മുടിഞ്ഞുപോട്ടെ എന്നു പ്രാകൃതമായി ശപിച്ചു. എന്നിട്ടു പത്നിയാലും പിറുങ്ങിണികളാലും അനുഗതനായി, മ്യൂസിയം റോഡിലുള്ള നടയ്ക്കാവുകാരൻ ഈനാശു മകൻ റപ്പായിയുടെ ചെറുപുഷ്പം ഹോട്ടലിലേക്കുനടന്നു.

4

കുച്ചുപ്പുടി

പരന്ത്രീസ് വീരഭദ്രന്റെ രൂക്ഷമായ ഗന്ധം മൂക്കിലെ രോമങ്ങളെ മാത്രമല്ല മൂക്കിനെത്തന്നെ ദഹിപ്പിക്കും എന്ന ഘട്ടം വന്നപ്പോൾ ഞാൻ കസേര ഒരടി പിറകോട്ടു വലിച്ചു. പക്ഷേ, ഫലം നാസ്തി. അതിഥി അദ്ദേഹത്തിന്റെ കസേര രണ്ടടി മുൻപോട്ടു വലിച്ചിട്ടു.

"അപ്പം നമ്മളു പറഞ്ഞുവന്ന സംഗതി ഗൗരവമായിട്ടൊന്നു വിചാരിച്ചേ പറ്റൂ. ഭരതനാട്യം കോമ്പറ്റീഷന്റെ ജഡ്ജിങ് കമ്മറ്റിയിൽ നാലു പേരാ ഉള്ളതെന്നാ ഡയറക്ടറാഫീസിലെ ക്ലാർക്ക് അമ്മിണി മാത്യു രഹസ്യമായിട്ടെന്നോടു പറഞ്ഞത്. ഒന്ന് മാത്തുത്തരകൻ സ്മാരക കോളേജിലെ സുവോളജി പ്രൊഫസറാ. പുള്ളിക്കാരനെ എം എൽ എ വഴി പിടിച്ചിട്ടുണ്ട്. രണ്ടാമത്തേതു നമ്മുടെ റിട്ടയേഡ് നാഷണൽ ഹൈവേ ചീഫ് എഞ്ചിനിയറാ. താലൂക്ക് യൂണിയൻ സെക്രട്ടറി പുള്ളിയെ ചാക്കിൽ കേറ്റിക്കോള്ളാം എന്ന് വാക്കുതന്നിട്ടുണ്ട്. മൂന്നാമത്തേത് നമ്മുടെ മഹിളാസമാജം പ്രസിഡന്റാ. പുള്ളിക്കാരി നമ്മുടെ കസ്റ്റഡിയിൽത്തന്നെ ഉണ്ടെന്നുവച്ചോ. നാലാമത്തേതാ കീറാമുട്ടിയായിട്ടു കിടക്കുന്നത്. കളക്ടർ. ആശാനാ ജഡ്ജിങ് കമ്മറ്റിയുടെ ചെയർമാൻ. ബീഹാറുകാരനാ. ശുദ്ധഗോസായി. നമുക്ക് ഒരടുപ്പോമില്ല. അങ്ങനിങ്ങനൊന്നും പിടികൊടുക്കുന്ന ആളുമല്ല. നമ്മടെ തുഷാരമോടെ പ്രസ്റ്റീജാ പ്രശ്നം. സാറ് പുള്ളിക്കാരനോട് കാര്യമായിട്ടൊന്ന് പറഞ്ഞേ പറ്റൂ–"

വീരഭദ്രഗന്ധംകൊണ്ട് പഞ്ചേന്ദ്രിയങ്ങളും മരവിച്ചിരുന്നുവെങ്കിലും അറിയാതെ ഞെട്ടിപ്പോയി. കാളേജ്പിള്ളാരുടെ യുവജനോത്സവത്തിലെ മത്സരങ്ങളാണു വിഷയം. ഐറ്റം ഭരതനാട്യം ജഡ്ജിങ് കമ്മറ്റി അംഗങ്ങളുടെ പേരുവിവരും ബയോഡേറ്റായും കേട്ടപ്പോൾത്തന്നെ അമ്പരപ്പ്. ജന്തുശാസ്ത്രപ്രൊഫസർ, റിട്ടയേഡ് ചീഫ് എഞ്ചിനീയർ, മഹിളാസമാജം പ്രസിഡന്റ്, ബീഹാർകാരൻ കളക്ടർ! ആരെക്കുറിച്ചും ഒരു പ്രതീ

ക്ഷയ്ക്കും വകയില്ല. പണ്ട് തന്റേടമുള്ള ഒരു പെൺകുട്ടി സർവകലാശാലയുവജനോത്സവത്തിൽവച്ച് വിധികർത്താക്കളെ വെല്ലുവിളിച്ച് മഞ്ഞളിപ്പിച്ച കഥ ഓർത്തു. പക്ഷേ, സംഗതിയുടെ കിടപ്പ് ഇങ്ങനെയൊക്കെയാണ്. വിലപിച്ചിട്ട് പ്രയോജനവുമില്ല.

ഭരതനാട്യമത്സരത്തിലെ സ്ഥാനാർഥിയുടെ പിതാവിനെ കുറേക്കാലമായി എനിക്കറിയാം. അടുത്തകാലത്തു രക്ഷാകർത്താക്കളുടെ ഇടയിൽ വന്നുകൂടിയിട്ടുള്ള ഡാൻസ് ഭ്രമത്തിന്റെ ഒരു വിക്ടിം ആണ് അദ്ദേഹവും. പെട്ടെന്നുള്ള ഈ ഭ്രമത്തിന്റെ രഹസ്യം എന്തെന്ന് നേരുപറഞ്ഞാൽ എനിക്കുപിടിയില്ല. ആധുനികോത്തരസാഹിത്യം, പെൺപിള്ളേരുടെ അത്യാധുനികവേഷങ്ങളായ പെഡൽ പുഷറും, ഡംകിരീസും, മരുന്നുകഴിച്ചാലും ഇല്ലെങ്കിലും ഭേദമാകാത്ത ഇപ്പോഴത്തെ വൈറൽ ഫീവർ ഇവയൊക്കെപ്പോലെ ഈ ഡാൻസ് പഠിപ്പിക്കൽഭ്രമവും മാതാപിതാക്കളെ കലശലായി പിടികൂടിയിരിക്കുന്നു. നൃത്തം എന്ന അതിസങ്കീർണമായ കല അഭ്യസിക്കുന്ന കുട്ടിക്ക്, യഥാർഥത്തിൽ അതിനു വല്ല വാസനയും ഉണ്ടോ എന്നുപോലും ആലോചിക്കാൻ രക്ഷാകർത്താക്കൾ മെനക്കെടുന്നില്ല. കാക്കയ്ക്കും തൻപിള്ള പൊൻപിള്ള, അത്രതന്നെ. മുഴത്തിന് മുന്നൂറായി വളർന്നുകൊണ്ടിരിക്കുന്ന ഏതെങ്കിലും നൃത്തവിദ്യാലയത്തിൽ ചേർക്കുക, എങ്ങനെയെങ്കിലും തല്ലിപ്പഴുപ്പിച്ച് രണ്ടുകൊല്ലത്തിനകം ഒരു അരങ്ങേറ്റം നടത്തുക. പിന്നെ പരിപാടികളുടെ ഒരു പ്രളയമാണ്. സകലവിധ പൊതുചടങ്ങുകൾക്കും കാണും കുമാരിയുടെ സൗജന്യമായ ഒരു നടനകലാപ്രദർശനം. (അങ്ങോട്ടു ക്ഷണിക്കണമെന്ന് നിർബന്ധമൊന്നുമില്ല) യുവജനോത്സവത്തിന്റെ കഥ പറയുകയും വേണ്ടാ. ഏറ്റവും അമ്പരപ്പിക്കുന്ന വസ്തുത, വളരെ ചെലവുള്ള ഈ വിദ്യ കുട്ടികളെ അഭ്യസിപ്പിക്കാൻ മുതിരുന്നത് കാര്യമായ സാമ്പത്തികശേഷിയൊന്നുമില്ലാത്ത ഇടത്തരം വരുമാനക്കാരാണ് എന്നതത്രേ. കലികാലവൈഭവം!

നമ്മുടെ കഥാനായകൻ ഏതായാലും ഇക്കൂട്ടത്തിൽപ്പെടുന്നില്ല. പത്തോ നൂറോ ഏക്കർ ഒന്നാന്തരം റബർത്തോട്ടം അദ്ദേഹത്തിന് സ്വന്തമായിട്ടുണ്ട്. പക്ഷേ, ലാറ്റക്സ്, പുകപ്പുര, ക്ലോണൽ സീഡ്, സബ്സിഡി, പൂപ്പൽരോഗം എന്നൊക്കെ, റബറുമായി മാത്രം ബന്ധപ്പെട്ട ശൈലിയിൽ സംസാരിച്ചിരുന്ന അദ്ദേഹം ഇപ്പോൾ സംഭാഷണത്തിന്റെ വിഷയങ്ങളും ശൈലിയുമൊക്കെ പാടേ മാറ്റിയിരിക്കുന്നു. ഭരതനാട്യത്തെക്കുറിച്ചു മാത്രമല്ല, കഥക്, മണിപ്പുരി, കുച്ചുപ്പുടി, ഒഡീസി, കഥകളി, മോഹിനിയാട്ടം, തിരുവാതിരകളി ഇത്യാദി നടനരൂപങ്ങളെക്കുറിച്ച് സ്ഥാനത്തും അസ്ഥാനത്തും സംസാരിച്ച് നമ്മെ ഉപദ്രവിക്കുന്നു. ക്ലബിൽ, സിനിമാശാലയിൽ, കല്യാണവീട്ടിൽ, വഴിയിൽ, മരണം അന്വേഷിച്ചു പോകുമ്പോൾ, സഞ്ചയനത്തിന്, പുലകുളിക്ക്, പുലകുടിക്ക്–എന്നുവേണ്ട, സ്ഥലകാലങ്ങളൊന്നും നോക്കാതെ ഇദ്ദേഹം നമ്മെ കടന്നാക്രമിക്കുന്നു. പക്ഷേ, ദോഷം പറയരുതല്ലോ, ഇത് ഈ വങ്കന്റെ മാത്രം സ്വഭാവമല്ല. ഈ ഇനത്തിൽപ്പെട്ടവർ ഒരു പ്രസ്ഥാനമായിത്തന്നെ വളരുന്നു എന്നതാണ് സത്യം. വ്യാപ

കമായ ഒരു ന്യൂയിസൻസ്, പിരിവും കൊതുകുശല്യവും ശബ്ദമലിനീകരണവും ഒക്കെപ്പോലെ.

ഇവരുടെ കലശലായ ബോറടിക്ക് ഒരൊറ്റ മറുമരുന്നേയുള്ളു. വിഷത്തിനു വിഷം പ്രത്യൗഷധം എന്നു പറയുന്നതുപോലെ, അങ്ങോട്ടും ചില പ്രയോഗങ്ങൾ നടത്തിയേക്കുക. ഉദാഹരണത്തിന് ഒരു തന്തപ്പടി സമയവും സന്ദർഭവും ഒന്നും നോക്കാതെ ഭരതനാട്യത്തെക്കുറിച്ച് ഉപന്യസിച്ച് നമ്മെ വധിക്കുന്നു എന്നുവയ്ക്കുക. അങ്ങോട്ട് ചില ഉഗ്രൻ ചോദ്യശരങ്ങൾ തൊടുത്തുവിട്ടേക്കണം.

"ആട്ടെ, നൃത്തവും നൃത്യവും നാട്യവും തമ്മിലുള്ള വ്യത്യാസം അറിയുമോ ചേട്ടന്?"

ചേട്ടൻ അറിഞ്ഞുകൂടാ എന്ന് ഖേദപൂർവം സമ്മതിക്കുന്നു.

"താണ്ഡവവും ലാസ്യവും തമ്മിലുള്ള ഭേദം അറിയാമോ?"

ചേട്ടന്റെ അമ്പരപ്പു വർധിക്കുന്നു. നാം മനസാ രസിക്കുന്നു.

"ചിദംബരം ക്ഷേത്രത്തിലെ നൂറ്റിയെട്ടു നൃത്തവിന്യാസങ്ങളും ബൃഹദീശ്വരക്ഷേത്രത്തിലെ എൺപത്തിയൊന്നു നാട്യശിൽപ്പങ്ങളും എന്തിനെയാണ് സൂചിപ്പിക്കുന്നതെന്നറിയാമോ?"

ചേട്ടൻ കണ്ണു തള്ളുന്നു. യാത്രപറയാനുള്ള ലക്ഷണങ്ങൾ കാണിക്കുന്നു. നാം വിടുന്നില്ല.

"ഭരതനാട്യത്തിലെ പന്തനല്ലൂർ പാരമ്പര്യമോ വഴുവൂർ പാരമ്പര്യമോ ജനുവിൻ?"

ഇതോടുകൂടി ഭരതനാട്യവിദഗ്ധൻ തോറ്റോടുന്നു. ഈ വിദ്വാൻ ആയുസിൽ പിന്നീട് ഒരിക്കലും നമ്മെ ബോറടിപ്പിക്കുകയില്ലെന്ന് ഉറപ്പാണ്.

പക്ഷേ, സംഗതി ഇതുകൊണ്ടൊന്നും അവസാനിക്കുന്നില്ല. യുവജനോത്സവങ്ങൾക്ക് ഭരതനാട്യവും കഥക്കും കുച്ചുപ്പുടിയും ഒഡീസിയും ഒക്കെ പച്ചമരുന്നാണോ അങ്ങാടിമരുന്നാണോ എന്ന് അറിഞ്ഞുകൂടാത്ത മഹാന്മാരെയും മഹതികളെയും ജഡ്ജിങ് കമ്മറ്റിയിൽ ഉൾക്കൊള്ളിക്കുന്നതു സഹിക്കാം. കമ്മറ്റിയിൽ വലിഞ്ഞുകേറി ചുമ്മാ പബ്ലിസിറ്റി നേടാനുള്ള നെട്ടോട്ടവും കുറിയോട്ടവും സഹിക്കാം. ഇവരെ സ്വാധീനിക്കാൻ സ്ഥാനാർഥികളുടെ തന്തതള്ളപ്രഭൃതികൾ പ്രയോഗിക്കുന്ന ഹീനമായ തന്ത്രങ്ങൾ സഹിക്കാം. ആധുനികോത്തരനിരൂപകന്മാർ അന്തരിച്ച ഡോക്ടർ ഭാസ്കരൻനായരെയും ജീവിച്ചിരിക്കുന്ന സുകുമാർ അഴീക്കോടിനെയും ശകാരിക്കുന്നതുപോലെ, നൃത്തരംഗത്തെ കന്നിമലക്കാർ കലാമണ്ഡലം കല്യാണിക്കുട്ടിയേയും ചിന്നമ്മു അമ്മയേയുംപോലുള്ള സമാരാധ്യരായ ഗുരുജനങ്ങളെ മപ്പടിച്ച് വെല്ലുവിളിക്കുന്നതും സഹിക്കാം. വാസനയും അഭ്യാസബലവും ഒന്നുമില്ലാത്ത നടികർതിലകങ്ങളുടെ 'നൃത്തനൃത്യങ്ങൾ' കാണാൻ ഇരുന്നുകൊടുക്കേണ്ടിവരുന്ന പീഡാനുഭവമാണ് തീരെ സഹിക്കാൻ വയ്യാത്തത്.

ഗ്രഹപ്പിഴയ്ക്ക് ഇത്തരം ഒരു കുമാരിയുടെ അരങ്ങേറ്റമാണ്. വേഷഭൂഷാദികൾക്കോ രംഗസംവിധാനത്തിനോ ഒന്നും ഒരു ലോപവുമില്ല.

തന്ത ഗൾഫാണ്. ലക്ഷപ്രഭു. നർത്തകി രംഗപ്രവേശം ചെയ്തു. അലാരിപ്പ്, ജതിസ്വരം, വർണം എന്ന് ഓരോ ഇനങ്ങളായി അവതരിപ്പിച്ചുതുടങ്ങി. ഓരോന്നും മുൻപുള്ളതിനേക്കാൾ അസഹ്യം. കുമാരി ശൃംഗാരം അഭിനയിക്കുമ്പോൾ ബീഭത്സമായും കരുണം അഭിനയിക്കുമ്പോൾ രൗദ്രമായും ശാന്തം അഭിനയിക്കുമ്പോൾ ഭയാനകമായും ഒക്കെ തീരുന്നു! അനുസരണയില്ലാത്ത കാള എങ്ങോട്ടോ വലിച്ചുകൊണ്ടുപോകുന്ന ഒരു വണ്ടിപോലെ പാട്ട് ഒരു വഴിക്ക്, അഭിനയം വേറൊരുവഴിക്ക്, താളം മൂന്നാമതൊരു വഴിക്ക്. വെറും ശബ്ദകോലാഹലം! ആടയാഭരണങ്ങളണിഞ്ഞ ഒരു പെൺകൊച്ച് വീട്ടിൽ പൂച്ചയെപ്പോലെയോ, 'വന്ദനം തന്താർ ബാലർ' പാടിക്കൊണ്ട് സ്റ്റേജിൽ അങ്ങോട്ടും ഇങ്ങോട്ടും ഓടുന്ന പഴയ നാടകങ്ങളിലെ ബാലപ്പാർട്ടുകാരെപ്പോലെയോ കിടന്നു ചാടുന്നു. അത്രതന്നെ! ജാവലി, വർണം, പദം, തില്ലാന, തായേ യശോദേ, ജിപ്സി, കുറത്തി, ആദിവാസി, മറ്റുപട്ടികജാതി, ഗോത്രവർഗം.... എല്ലാം ഒന്നിനൊന്നു കടുപ്പം. ഏറ്റവും ദുസ്സഹം തൊട്ടടുത്തിരിക്കുന്ന നർത്തകിയുടെ പിതാവിന്റെ റണ്ണിംഗ് കമന്ററിയാണ്. നമുക്കു താൽപ്പര്യം ഉണ്ടെങ്കിലും ഇല്ലെങ്കിലും അദ്ദേഹം നൃത്യകലയെക്കുറിച്ചുള്ള തന്റെ പാണ്ഡിത്യം വെളിപ്പെടുത്താനും തന്റെ മകളുടെ വൈഭവം വാഴ്ത്താനും ശ്രമിക്കുന്നു.

"അടുത്ത ഐറ്റം എന്തോന്നാണ് അറിയാമോ?" "ബാലേരമയാ. സംഗതി പിടികിട്ടിയോ?"

ഭരതമുനിയും അതിനുശേഷം വന്ന മറ്റ് ആചാര്യന്മാരും ഇങ്ങനെയൊരു രമയെക്കുറിച്ചു പറഞ്ഞുകേട്ടിട്ടില്ല. വിശ്വപ്രസിദ്ധമായ റഷ്യൻ ബാലെനൃത്തം കണ്ടിട്ടുണ്ട്. അതിന് ഇങ്ങനെയൊരു അവിയൽരൂപം ഉണ്ടാകുമെന്നു വിചാരിച്ചിരുന്നില്ല.

"പിടികിട്ടിയില്ല ചേട്ടാ." നാം അജ്ഞത തുറന്നുപറയുന്നു.

"ഹേ, ഇത് തുഷാരമോളുടെ ഒരു സ്പെഷ്യാലിറ്റിയാണ്. അല്ല. ആരാ മോളെ പഠിപ്പിക്കുന്നതെന്നറിയാമോ? നടികർമന്നൻ കോവിൽപ്പെട്ടി കോലപ്പാപിള്ളയുടെ വത്സലശിഷ്യ നടനക്ഷേത്രം കുമുദിനീപണിക്കരാണ്. പുള്ളിക്കാരി ഇതൊന്നും അങ്ങനെയിങ്ങനെ ആർക്കും പറഞ്ഞുകൊടുക്കത്തില്ല. ആളും തരോം കണ്ടേ ചെയ്യൂ. പിന്നെ, തുഷാരമോളോടുള്ള സ്നേഹംകൊണ്ട് അവളെ അങ്ങു പഠിപ്പിച്ചു എന്നുമാത്രം. ഓടിക്കളയാൻ നോക്കണ്ടാ. ഹതുകൊള്ളാം! ബാലേരമകൂടെ കണ്ടിട്ടേ സാറിനെ വിടത്തൊള്ളു."

ആകെ മുങ്ങിയാൽ കുളിരില്ല എന്നൊരു ചൊല്ലുണ്ട്. തിരുവനന്തപുരത്ത് പാളയത്തുള്ള കുപ്രസിദ്ധമായ മത്സ്യമാർക്കറ്റിനു സമീപം താമസിക്കുന്നവർ അവിടുത്തെ ദുർഗന്ധം ശ്വസിച്ചു ശ്വസിച്ച്, ഇപ്പോൾ അത് ദുർഗന്ധമേ അല്ല എന്നു അവർക്കു തോന്നിത്തുടങ്ങിയിട്ടുണ്ട്. 'ഇരുളും മെല്ലെ വെളിച്ചമായ്വരാം' എന്നു മഹാകവി പറഞ്ഞതുപോലെ തുഷാരമോളുടെ കായികാഭ്യാസം രണ്ടുരണ്ടരമണിക്കൂർ കണ്ട സ്ഥിതിക്ക് ഒരു ബാലേരമകൂടി കണ്ടതുകൊണ്ട് വലിയ കുഴപ്പമൊന്നും ഇല്ലെന്നു

തോന്നി, ഇരുന്നുകൊടുത്തു. പരിപാടികൾ അവസാനിച്ചപ്പോൾ ഒരു മഹാവിപത്തിൽനിന്നും രക്ഷപ്പെട്ട ആശ്വാസത്തോടെ പരിക്ഷീണനായി വീട്ടിലേക്കു മടങ്ങി.

ഈ സാംക്രമികരോഗത്തിനു മറ്റൊരു വശം കൂടിയുണ്ട്. ട്യൂട്ടോറിയൽ കോളേജുകളേക്കാളും പാരലൽ കേളേജുകളെക്കാളും ബ്ലെയിഡ് കമ്പനികളേക്കാളും ഒക്കെ ലാഭകരമാണ് ഒരു നൃത്തവിദ്യാലയം തുടങ്ങുന്നത്. ഒരു നെടുമ്പുര കെട്ടുക. ക്യാപ്പിറ്റൽ ഇൻവെസ്റ്റ്മെന്റ് അത്രേയുള്ളു. വിശേഷിച്ചു യാതൊരു യോഗ്യതയും വേണ്ട. കലാമണ്ഡലത്തിനു സമീപം സുദീർഘവും സംഭവബഹുലവുമായ പന്ത്രണ്ടുവർഷം കാപ്പിശാപ്പാടു ഹോട്ടൽ നടത്തിവന്നിരുന്ന ഒരു ആചാര്യൻ, തന്റെ മഹത്തും ബൃഹത്തുമായ അനുഭവസമ്പത്ത് കൈമുതലാക്കി, ഗുരു കുഞ്ഞിച്ചാത്തു എന്ന പേരിൽ പ്രിൻസിപ്പലായി തലസ്ഥാനനഗരിയിൽ ഒരു നൃത്തവിദ്യാലയം ആരംഭിച്ചിരിക്കുന്നു എന്നു കേട്ടാൽ ഞെട്ടിയിട്ടു കാര്യമില്ല. കാരണം, ഭൂരിഭാഗം ആചാര്യന്മാരും ആചാര്യകളും തങ്ങൾ പഠിപ്പിക്കുന്നത് എന്താണ് എന്നതിനെക്കുറിച്ച് വലിയ ബോധമൊന്നും ഇല്ലാത്തവരാണ്. ബിസിനസിന്റെ ഞുണുക്കുവേലകൾ മനസിലാക്കിയിരിക്കണം എന്നുമാത്രം. ഇടത്തരം കുടുംബങ്ങളുടെ മേൽവിവരിച്ച ദൗർബല്യം ശരിക്കു മുതലെടുക്കാൻ കഴിയണം. പത്രക്കാരെ ചാക്കിട്ട് തങ്ങളുടെ മിനി സൂപ്പർ സ്റ്റാറുകളുടെ ചിത്രസഹിതമുള്ള റൈറ്റപ്പുകൾ പത്രപംക്തികളിൽ വരുത്തണം. (സാധാരണഗതിയിൽ ഈ ചുമതല തന്തപ്പടികൾ ഏറ്റെടുത്തു നടത്തിക്കൊള്ളും.) ഗതികെട്ട പ്ര.ലേ. 'നൃത്യകലയ്ക്ക് ഒരു വമ്പിച്ച വാഗ്ദാനം', 'അഭിനയരംഗത്ത് ഒരു യുവപ്രതിഭ', 'മറ്റൊരു ബാലസരസ്വതി ജന്മംകൊള്ളുന്നു' എന്നൊക്കെ വെണ്ടയ്ക്കായിലും മത്തങ്ങായിലും തലക്കെട്ടുകൾ കാച്ചുന്നു. കുമാരി തുഷാരാപണിക്കരുടെ ഉടുത്തുകെട്ടോടുകൂടിയ 'ആക്ഷൻ' ഫോട്ടോകൾ പത്രമായ പത്രത്തിലൊക്കെ തുരുതുരാ വരുന്നു. പരസ്യകലയുടെ അടവുകൾ സകലതും പ്രയോഗിക്കപ്പെടുന്നു. എല്ലാത്തിനും ഉപരിയായി, യൂത്ത് ഫെസ്റ്റിവൽ എന്ന മാമാങ്കത്തിന് ഏതു തന്ത്രവും പ്രയോഗിച്ച് തങ്ങളുടെ ശിഷ്യഗണങ്ങൾക്കു സമ്മാനം നേടിക്കൊടുക്കാൻ മാതാപിതാക്കളോടൊപ്പം ഗുരുഭൂതന്മാരും ഭൂതകളും അരയും തലയും മുറുക്കി രംഗത്തിറങ്ങുന്നു.

പാവം ഭരതമുനി! ഭാവരാഗതാളങ്ങളുടെ സമഞ്ജസസമ്മേളനമായ നടനം എന്ന ഉദാത്തമായ കലാരൂപവും അതിന്റെ നൂറ്റിയെട്ടുകരണങ്ങളും ആവിഷ്കരിച്ചപ്പോൾ, നാട്യശാസ്ത്രം എന്ന മഹാഗ്രന്ഥം മാനവസംസ്കാരത്തിനു സമ്മാനിച്ചപ്പോൾ, ആ കലയ്ക്ക് ഇങ്ങനെയൊരു ഗതികേടു വരുമെന്ന് അദ്ദേഹം വിചാരിച്ചിട്ടുണ്ടാവില്ല, നിശ്ചയം!

5

ഒന്നാം സാറിന്റെ ക്രൂരകൃത്യം

ഞാൻ ഇപ്പോഴത്തെ ഏഴാംക്ലാസിനു തുല്യമായ തേഡ്ഫോറത്തിൽ പഠിക്കുമ്പോഴാണ് ആ ക്രൂരകൃത്യത്തിനു സാക്ഷിയാകേണ്ടി വന്നത്.

കൂഴപ്ലാക്കൽ ചാണ്ടിക്കുഞ്ഞ് എന്നു ജനം വ്യവഹരിച്ചുപോന്ന ചാണ്ടി കെ ഗീവർഗീസ് ആണ് ഈ ദുരന്തകഥയിലെ മുഖ്യകഥാപാത്രം. ചാണ്ടിക്കുഞ്ഞിന്റെ അച്ഛൻ സാമാന്യം നല്ല നിലയിൽ ഒരു പലചരക്കു വ്യാപാരം നടത്തിവന്നിരുന്നതിനാൽ സത്യത്തിൽ പള്ളിക്കൂടത്തിൽ പോകുക, കെ ആർ കൃഷ്ണപിള്ളയുടെ ഇൻഡ്യാ ചരിത്രം, ഭൂവിവരണം, ശൂരനാടു കുഞ്ഞൻപിള്ളസാറിന്റെ ശ്രീചിത്രാവ്യാകരണമഞ്ജരി, സി വിയുടെ മാർത്താണ്ഡവർമ്മ, ആരൊക്കെയോകൂടി സങ്കലനംചെയ്ത പദ്യ പാഠാവലി മൂന്നാംഭാഗം, ഗോസായിയുടെ ഗദ്യസൗരഭ് ഭാഗ്തീൻ ഇത്യാദി ബുക്കുകൾ പഠിക്കുക, പരീക്ഷ എഴുതുക തുടങ്ങിയ മെനക്കെട്ട ഏർപ്പാടു കളുടെയൊന്നും യാതൊരു ആവശ്യവും ഉണ്ടായിരുന്നില്ല. എല്ലാവരേ യുംപോലെ ചാണ്ടിക്കുഞ്ഞും പള്ളിക്കുടത്തിൽ ചേർന്നു. അത്രതന്നെ. വിജ്ഞാനദാഹംകൊണ്ടോ വിദ്യാഭ്യാസയോഗ്യതയിൽ അധിഷ്ഠിതമായ ഭദ്രമായ ഒരു ഭാവി കെട്ടിപ്പടുക്കാനോ ഒന്നുമല്ലെന്നർഥം. നല്ല ഒന്നാന്തരം ഡബിൾമുണ്ടും അലക്കിത്തേച്ച സിൽക്കുഷർട്ടും ചുരുണ്ട മുടിയും ചെറു നാരങ്ങാനിറവും വരയൻമീശയും ഈവനിങ് ഇൻ പാരീസ് പെർഫ്യൂമും ഫേവർലൂബാ വാച്ചും പ്ലെയേഴ്സ് സിഗരറ്റും ഒക്കെക്കൂടി ടിയാൻ അന്നത്തെ നാടൻഭാഷയിൽ ഒരു 'സിംപ്ലൻ' ആയിരുന്നെന്നു പറയാം. ഒരു ചിന്ന ലേഡി കില്ലർ. ഒരു കോടംപക്കം മുതലാളിയുടെ പേപ്പർ ബാക്ക് എഡീഷൻ.

ഒരു അധ്യയനവർഷം എട്ടോ ഒൻപതോ മാസം ആയിരിക്കണമെന്ന സിദ്ധാന്തം ആവിഷ്കരിച്ചതാരാണെന്ന് അറിഞ്ഞുകൂടാ. മിച്ചൽ സായിപ്പോ ആദിവരാഹം അയ്യങ്കാരോ വള്ളിനായകംപിള്ളയോ മറ്റേതെങ്കിലും തല

നരച്ച വിദ്യാഭ്യാസവിദഗ്ധനോ ആകാം. ഏതായാലും എട്ടുമാസംകൊണ്ട് ഒരു ക്ലാസിലെ വിജ്ഞാനസമ്പാദനം പൂർത്തിയാക്കിയിരിക്കണമെന്ന അമ്പേ കാലഹരണം വന്ന ഈ സിദ്ധാന്തം ചാണ്ടിക്കുഞ്ഞ് അംഗീകരിച്ചിരുന്നില്ല. വാധ്യാർ പഠിപ്പിക്കുന്നതും പുസ്തകത്തിൽ ഉള്ളതുമായ വിജ്ഞാനം ശ്രവണമനനനിദിധ്യാസങ്ങളാൽ ആവർത്തിച്ച് ഉറപ്പിക്കാൻ കുറഞ്ഞതു രണ്ടോ മൂന്നോ വർഷമെങ്കിലും വേണമെന്ന പക്ഷക്കാരനായിരുന്നു നമ്മുടെ കഥാനായകൻ. അങ്ങനെയങ്ങു ചുളുവിൽ ഓരോ ക്ലാസും ജയിച്ചുപോകേണ്ട കാര്യമില്ല എന്ന് അദ്ദേഹം ആത്മാർഥമായി വിശ്വസിച്ചു. ഈ സിദ്ധാന്തത്തിന്റെ ഫലമായി ഓരോ ക്ലാസിലും രണ്ടും മൂന്നും കൊല്ലം പഠിച്ചു. നമ്മുടെ ഹീറോ പത്താംക്ലാസിൽ എത്തിയപ്പോഴേക്കും യൗവനം വന്നുദിക്കുക മാത്രമല്ല ഏതാണ്ടു പത്തുനാഴിക വെളുക്കുകയും ചെയ്തിരുന്നു. വയസു പത്തിരുപത്തിരണ്ടായി എന്നർഥം.

ചാണ്ടിക്കുഞ്ഞ് എല്ലാ ഞായറാഴ്ചയും പള്ളിയിൽ പോകുന്ന നല്ലവനായ സുറിയാനി ക്രിസ്ത്യാനിയായിരുന്നു. പക്ഷേ, അതിനേക്കാളേറെ 'ഒരൊറ്റ മതമുണ്ടുലകിന്നുയിരാം പ്രേമമതൊന്നല്ലോ' (അടിവര ചാണ്ടിക്കുഞ്ഞിന്റേത്) എന്ന മഹാകവി ഉള്ളൂരിന്റെ വിശ്വാത്മരമായ പ്രമാണത്തിൽ വിശ്വസിച്ചിരുന്ന ആളായിരുന്നു ആശാൻ. പള്ളിക്കൂടത്തിൽ കൂടെ പഠിച്ചിരുന്ന കാണാൻ ചന്തമുള്ള പെൺപിള്ളാരോടൊക്കെ അദ്ദേഹത്തിന് അനുരാഗമായിരുന്നു എന്നു ചുരുക്കം. നിർലോപമായ, മുക്തഹസ്തമായ, പ്രേമം. ചാണ്ടിക്കുഞ്ഞിന്റെ ഈ വിശ്വപ്രേമം അദ്ദേഹം സിക്സ്ത്ത്ഫാറത്തിൽ എത്തിയപ്പോഴേക്കും ഏറെക്കുറെ നാട്ടിൽ പ്രസിദ്ധമായിരുന്നു. പക്ഷേ, അനുരാഗത്തിന്റെ മറ്റേ തലയ്ക്കൽ നിന്ന കുമാരിമാരാരും അദ്ദേഹത്തിന്റെ പ്രേമപ്രകടനങ്ങൾ ഗൗരവമായെടുത്തില്ല എന്ന ദുഃഖകരമായ സത്യം അവശേഷിച്ചു. തന്തയും തള്ളയും മറ്റു വേണ്ടപ്പെട്ടവരും നാട്ടുകാരും ഒക്കെ അനുരാഗം എന്ന ദിവ്യമായ ചേതോവികാരത്തിന്റെ വില അറിഞ്ഞുകൂടാത്ത മരങ്ങോടന്മാരായതുകൊണ്ടാവണം, ചാണ്ടിക്കുഞ്ഞിനെ ശാസിക്കാതിരുന്നില്ല. പക്ഷേ, അദ്ദേഹമുണ്ടോ ഈ പഴമ്പുരാണമൊക്കെ ശ്രദ്ധിക്കുന്നു? രാവിലെ കുളിച്ചൊരുങ്ങി പരിമളധോരണിയുതിർത്തുകൊണ്ടു ക്ലാസിലെ ഏറ്റവും പുറകിലുള്ള ബഞ്ചിൽ വന്നിരിക്കുക, ഉച്ചയ്ക്ക് വീട്ടിൽനിന്നുകൊടുത്തയയ്ക്കുന്ന മത്സ്യമാംസാണ്ഡാദി സുഭിക്ഷമായ ശാപ്പാടു തട്ടുക, ഉച്ചതിരിഞ്ഞുള്ള ക്ലാസിൽ സുഖമായി ഉറങ്ങുക, വൈകുന്നേരം തന്റെ ഹെർക്കുലീസ് സൈക്കിളിൽ വീട്ടിലേക്കു മടങ്ങുക എന്നിവയിൽ ഒതുങ്ങിനിന്നു അദ്ദേഹത്തിന്റെ ദൈനംദിന വിദ്യാഭ്യാസ പരിപാടി.

പക്ഷേ, ആനന്ദസമ്പൂർണമായ ഈ ഏർപ്പാട് അധികകാലം നീണ്ടുനിൽക്കാൻ നിഷ്ഠൂരനായ വിധി അനുവദിച്ചില്ല. ഈടാർന്നു വായ്ക്കും അനുരാഗനദിയിൽ അണകെട്ടുന്ന വിധിക്ക് ചാണ്ടിക്കുഞ്ഞിനോട് അൽപ്പസ്വൽപ്പം അസൂയ ഉണ്ടായിരുന്നോ എന്നാണ് എന്റെ സംശയം. ഗ്രഹപ്പിഴയ്ക്ക് കുളിക്കാംപാലത്തുനിന്നോ ഓലകെട്ടിയമ്പലത്തിൽനിന്നോ

മറ്റോ വിടുതൽസർട്ടിഫിക്കറ്റു വാങ്ങി ഒരു അച്ചാമ്മമത്തായി സിക്സ്ത്ത് ഫാറത്തിൽ വന്നുചേർന്നു. ഞങ്ങളുടെ സ്കൂളിൽ സിക്സ്ത്ത് ഫാറത്തിൽ അന്നുനാലു ഡിവിഷനാണ്. 'എ'യും 'ബി'യും പുരുഷമയം. താരതമ്യേന സാധുക്കളും മര്യാദക്കാരുമായ ആൺപിള്ളേരും പെൺപിള്ളേരും ഇടകലർന്ന ഒരു മിശ്രിതമായിരുന്നു സി ഡിവിഷൻ. സ്വാഭാവികമായും പത്തുപതിനെട്ടുവയസു പ്രായവും പ്രായത്തിൽ കവിഞ്ഞ ദേഹപുഷ്ടിയും അൽപ്പസ്വൽപ്പം ശൃംഗാരവും ഉള്ള അച്ചാമ്മ മത്തായിയെ മന്മഥകഥാഗന്ധം ഗ്രഹിക്കാത്ത പിള്ളേരടങ്ങിയ സി ഡിവിഷനിൽ ചേർക്കാതെ ഒന്നാംസാർ പെൺപിള്ളേർ മാത്രമടങ്ങിയ ഡി ഡിവിഷനിലാണ് ചേർത്തത്.

നറുനെയ്യു നിറച്ച ഒരു കുടമാണ് സ്ത്രീ. ജ്വലിച്ചുനിൽക്കുന്ന ഒരു തീക്കട്ടയാണ് പുരുഷൻ എന്നർഥം. അച്ചാമ്മ മത്തായി എന്ന നെയ്ക്കുടം ആളിക്കത്താൻ തയ്യാറായിനിൽക്കുന്ന തീക്കട്ടയായ ചാണ്ടിക്കുഞ്ഞിനെ ആകർഷിക്കാൻ ദിവസങ്ങളേ വേണ്ടിവന്നുള്ളു. സ്വഭാവികമായ തന്റെ വിശ്വപ്രേമമെല്ലാം തൽക്കാലത്തേക്കു പരണേൽവച്ചിട്ട് ചാണ്ടിക്കുഞ്ഞ് എന്ന സാംസൻ, അച്ചാമ്മ എന്ന ദിലൈലയിൽ മാത്രം ആകൃഷ്ടനായി. പക്ഷേ, വൈകുന്നേരം പള്ളിക്കൂടംവിട്ട് വീട്ടിൽപോകുന്ന വഴി, ശിലയുമലിയുമോമനസ്വരത്തിൽ പലവുരു അഭ്യർഥനകൾ ചെയ്തിട്ടും ക്രുദ്ധമായ നോട്ടങ്ങളും ചില പിറുപിറുപ്പുകളുമല്ലാതെ അച്ചാമ്മയിൽനിന്നു യാതൊരു പ്രതികരണവും കിട്ടാതെ അദ്ദേഹം അവശനായി. തപ്തഹൃദയനായ നമ്മുടെ നായകന് ഊണിനു മാത്രമല്ല, പ്രാതലിനും അത്താഴത്തിനുമൊക്കെ ആസ്ഥകുറഞ്ഞു. നിദ്ര നിശയിങ്കൽ മാത്രമല്ല പകലും ഇല്ലാതായി.

ഒടുവിൽ രണ്ടുംകൽപ്പിച്ച് ചാണ്ടിക്കുഞ്ഞ് ഒരു സാഹസത്തിനു തയാറായി. യാതൊരു ഉപയോഗവുമില്ലാതെവച്ചിരുന്ന വ്യാകരണനോട്ടുബുക്കിൽനിന്നും നാലുഷീറ്റ് കടലാസ് വലിച്ചുകീറി തനിക്ക് അച്ചാമ്മയോടുള്ള അലൗകികമായ പ്രണയത്തെക്കുറിച്ച് ഒരു മന്ത്രവാദനോവൽപോലെ ദീർഘമായ ഒരു പ്രബന്ധം പ്രണയവിഹ്വലൻ രചിച്ചു. കരടും അസലും പ്രത്യേകം എഴുതിയോ എന്നു നിശ്ചയമില്ല. ഏതായാലും തന്റെ പ്രേമലേഖനം വേണ്ടത്ര സ്റ്റാമ്പ് ഒട്ടിച്ച് ഒരു കവറിലിട്ട് അദ്ദേഹം പോസ്റ്റു ചെയ്തു.

(ധീരനും സാഹസികനും തടിമിടുക്കുള്ളവനും എന്തും ചെയ്യാൻ മടിയില്ലാത്തവനുമായ ചാണ്ടിക്കുഞ്ഞ് ദിവസവും കാണുന്ന അച്ചാമ്മയ്ക്ക് എന്തുകൊണ്ടു പ്രേമലേഖനം നേരിട്ടുകൊടുക്കാതെ അഞ്ചൽസന്ദേശമായി അയച്ചു എന്ന ഒരു ചോദ്യത്തിന് ഇവിടെ പ്രസക്തിയുണ്ട്. സത്യത്തിൽ ഉത്തരം എനിക്കും പിടികിട്ടുന്നില്ല. ഒരുദിവസം മൂന്നുനേരം നല്ല ഒന്നാന്തരം ഏത്തയ്ക്കാച്ചീനിയും മീനും വയറുനിറയെ ഭക്ഷിക്കുകയും വീട്ടുജോലിക്ക് പുറമേ പറമ്പിൽ നല്ലവണ്ണം അധ്വാനിക്കുകയും ചെയ്തു സാമാന്യത്തിൽ കവിഞ്ഞ ആരോഗ്യം കൈമുതലായുണ്ടായിരുന്ന

അച്ചാമ്മ വല്ല കൈക്രിയയ്ക്കും തുനിഞ്ഞെങ്കിലോ എന്ന ഭയംകൊണ്ടാവാം അദ്ദേഹം ഇപ്രകാരം ഒരു രീതി സ്വീകരിച്ചതെന്നു ശങ്കിക്കേണ്ടിയിരിക്കുന്നു)

ദുരന്തനാടകത്തിന്റെ അഞ്ചാം അധ്യായത്തിലേക്ക് നാം പ്രവേശിക്കുന്നു. ഒരുദിവസം വൈകിട്ട് പതിവുപോലെ നാലുമണിക്ക് സ്കൂളിൽ ചേങ്ങല കൊട്ടുന്നു. ആൺപിള്ളേരും പെൺപിള്ളേരും ക്ലാസ്മുറികളിൽനിന്നും വീട്ടിലേക്കു പോകുവാനുള്ള ഉത്സാഹത്തിമിർപ്പോടെ പുസ്തകക്കെട്ടുകളും കുടയും ചോറ്റുപാത്രവുമൊക്കെയായി പായുന്നു. കൂട്ടത്തിൽ ഞാനുമുണ്ട്. ഹെഡ്മാസ്റ്ററുടെ മുറി സ്ഥിതിചെയ്യുന്നത് പടിഞ്ഞാറുമാറിയുള്ള ഒരു കെട്ടിടത്തിന്റെ രണ്ടാമത്തെ നിലയിലാണ്. മേലോട്ടു നോക്കിയപ്പോൾ അവിടെ അസാധാരണമായ ഒരു കാഴ്ച. സ്വതേ ചുവന്ന കണ്ണുകളുള്ള ഉഗ്രമൂർത്തിയായ, കർക്കശമായ ശിക്ഷണബോധത്തിൽനിന്നും തലനാരിഴപോലും വിട്ടുമാറാത്ത ഹെഡ്മാസ്റ്റർ ക്രോധതാമ്രാക്ഷനായി ഉഗ്രഹരിപഞ്ചാനനനായി ഭീകരമായ ഒരു ചൂരൽവടിയുമായി നിൽക്കുന്നു. അദ്ദേഹത്തിന്റെ ഒരു വശത്ത് കൗരവസഭയിൽവച്ച് അധിക്ഷിപ്തയായ ദ്രൗപദിയെപ്പോലെ കോപതാപങ്ങൾകൊണ്ട് 'ഹരിണിയുടെ വിവശത കലർന്നു' എന്നു മഹാകവി ഇരയിമ്മൻതമ്പി പറഞ്ഞമട്ടിൽ ദേഹം മുഴുവൻ വിറച്ച് ഏങ്ങലടിച്ച് കരഞ്ഞുകൊണ്ട് അച്ചാമ്മ മത്തായി നിൽക്കുന്നു. ഹെഡ്മാസ്റ്റർ ചില അലർച്ചകളോടും അട്ടഹാസങ്ങളോടുംകൂടി ചൂരൽവടി നിരന്തരമായി ചാണ്ടിക്കുഞ്ഞിന്റെ ഊരുക്കളിലും പൃഷ്ഠത്തിലും പ്രയോഗിക്കുന്നു. ന്യായാധിപന്റെ ഉദീരണങ്ങൾ വ്യക്തമായി കേൾക്കാൻവയ്യെങ്കിലും "എന്നു നിന്റെ പ്രാണനാഥൻ ചാണ്ടിക്കുഞ്ഞ്! ഫ! പരക്കഴി! പ്രാണനാഥൻപോലും! പോയി ചൂണ്ടയിടരുതോടേ നെനക്കൊക്കെ!" എന്നു ദിഗന്തങ്ങളെ നടുക്കുന്ന ഒരു ആക്രോശം വ്യക്തമായി കേട്ടു. പ്രതിയുടെ ദീനമായ കരച്ചിലും എന്റെ പൊന്നുസാറേ! ഇങ്ങനെ ഒരു തെറ്റു ജീവിതത്തിൽ ഇനി ഒരിക്കലും ഞാൻ ചെയ്യത്തില്ലേ! എന്ന് ആവർത്തിച്ചുള്ള പ്രതിജ്ഞയും നല്ലവണ്ണം കേൾക്കാം.

ക്രമേണ കാഴ്ചക്കാരുടെ എണ്ണം വർധിച്ചു. "പോയിനെടാ കൊച്ചു കഴുവേറികളേ ഇവിടുന്ന്! എന്താന്നാ വായിൽനോക്കി നിൽക്കുന്നത്?" എന്നു ചൂരൽവടി ഓങ്ങിക്കൊണ്ട് ന്യായാധിപൻ പ്രേക്ഷകരുടെനേരെ ഒരു അലർച്ച പുറപ്പെടുവിച്ചതോടെ ജനക്കൂട്ടം മനസില്ലാമനസോടെ പിരിഞ്ഞുപോയി.

സ്കൂളിലെ പി ടി ഐ എന്നോ റായിട്ടർ എന്നോ ഒക്കെ വിളിക്കുമായിരുന്ന എന്റെ സഹപാഠി പാണന്റയ്യത്ത് ഉമ്മൻ ഫിലിപ്പോസ് പിറ്റേദിവസം സംഭവത്തിന്റെ ചുരുളഴിച്ചു:

"നീ അറിഞ്ഞില്യ്യോടാ കൂവേ എന്തോന്നാ ഉണ്ടായതെന്ന്? ഹെടാ മണ്ടച്ചാരേ! എന്നാൽ കേട്ടോ. ചാണ്ടിക്കുഞ്ഞ് ഒരു ലൗലറ്റർ സിക്സ്ത്ത് ഡി–യിലെ അച്ചാമ്മയ്ക്കയച്ചു. അവൾ കൈയോടെ അത് ഒന്നാംസാറിന്റെ കൈയിൽ കൊണ്ടുക്കൊടുത്തു. സാറ് വിടുമോ? സാറു കൈയോടെ

ചാണ്ടിക്കുഞ്ഞിനെ പിടിച്ചു ചറപറാ പത്തിരുപത് അടികൊടുത്തു. അതാ ഇന്നലെ കണ്ടത്."

പാവം ചാണ്ടിക്കുഞ്ഞ്! അരസികശിരോമണിയായ ഒന്നാംസാറിന്റെ കിരാതമായ ശിക്ഷണനടപടിക്കുശേഷം പിന്നീട് അദ്ദേഹത്തെക്കുറിച്ചറിഞ്ഞത് ആ വർഷത്തെ എസ് എസ് എൽ സി പരീക്ഷയ്ക്കു തോറ്റ് ആൾ പേർഷ്യയിലുള്ള തന്റെ മാവിയുടെ സഹായാഭ്യർഥന സ്വീകരിച്ചു നാടുവിട്ടു എന്നാണ്–കാളിദാസ്ജിയുടെ ശാപഗ്രസ്തനായ യക്ഷനെപ്പോലെ. പക്ഷേ, പ്രാണനാഥൻ ചാണ്ടിക്കുഞ്ഞെന്ന ഇരട്ടപ്പേര് മൂന്നുവർഷങ്ങൾക്കുശേഷം ഞാൻ സ്കൂൾ വിടുന്നതുവരെ പ്രസിദ്ധമായിരുന്നു. ഇന്നും ആണ്ടിലൊരിക്കലോ മറ്റോ സ്കൂളിന്റെ മുൻപിൽക്കൂടി പോകുമ്പോൾ ഞാൻ വിശ്വപ്രേമത്തിന്റെ മഹാനായ രക്തസാക്ഷിയെ ഓർക്കാറുണ്ട്.

6

കുഞ്ചുനായരുടെ പീഡാനുഭവം

"**ഒ**രാഴ്ചയായി ടെറസിലുള്ള വാട്ടർടാങ്കിൽനിന്നും വെള്ളം ഒലിച്ചു പോയിത്തുടങ്ങിയിട്ട്. ഇതൊക്കെ ഞാൻതന്നെ നേരെയാക്കണമെന്നു വിചാരിച്ചാൽ കഷ്ടമല്ല്യോ? ഞാൻ വിചാരിച്ചാൽ ഈ മരാമത്തൊക്കെ നടത്താനൊക്കുമോ?" ശ്രീമതി കുഞ്ചുനായർ പരിദേവനം നടത്തി.

യശഃശരീരനായ ഒളപ്പമണ്ണയുടെ '*ഋഗ്വേദഭാഷ്യം*' എന്ന മഹാഗ്രന്ഥം കൊണ്ടുപിടിച്ചു വായിക്കുകയായിരുന്നു കുഞ്ചുനായർ. അടയാളംവച്ചു പുസ്തകം അടച്ചു ഭക്തിപൂർവം മാറ്റിവച്ചു. മൂക്കിൽനിന്നും കണ്ണാടി എടുത്തു മേശപ്പുറത്തുവെച്ചു. എന്നിട്ടു സഹധർമിണിയെ ചോദ്യരൂപത്തിൽ നോക്കി.

"കഴിഞ്ഞ ആഴ്ചയാ 112 രൂപ വെള്ളക്കരം അടച്ചത്. വെള്ളക്കരം അടച്ചില്ലെങ്കിൽ ബന്ധം വിച്ഛേദിച്ചുകളയും എന്ന നോട്ടീസും കിട്ടി. ഹരിയുടെ വഞ്ചി അവനറിയാതെ പൊട്ടിച്ചാ വെള്ളക്കരം അടച്ചത്. മാസം 25-ാം തീയതി കഴിഞ്ഞാൽ ഇവിടെ രൂപ കാണുമോ? അല്ല, ഇതൊന്നും ഋഗ്വേദം വായിക്കുന്ന ആളിന് അറിയണ്ടായല്ലോ." പരിഭവസമേതം വിശദീകരണം വന്നു.

കടുത്ത സാമ്പത്തികപ്രതിസന്ധിയെ നേരിടുകയാണു കുടുംബമെന്നു കുഞ്ചുനായർ തലകുലുക്കി അംഗീകരിച്ചു.

"കുറഞ്ഞത് അമ്പതു രൂപയുടെ വെള്ളമെങ്കിലും ഇതിനകം വെറുതെ ഒഴുകിപ്പോയിക്കാണും. അതുമല്ല ഗായത്രിയുടെ മുറിയുടെ ഭിത്തി നനഞ്ഞുകുതിർന്ന് ആകെ വൃത്തികേടായിരിക്കുന്നു. ഇനി എന്നാ ഇതൊക്കെയൊന്നു നേരെയാക്കുന്നത്? അതോ അതിനും ഞാൻ ഇറങ്ങണോ?"

'ഉത്തിഷ്ഠത, ജാഗ്രത' എന്നു പിറുപിറുത്തുകൊണ്ട് കുഞ്ചുനായർ എഴുന്നേറ്റു മട്ടുപ്പാവിൽ കയറി നോക്കി. സംഗതി ശരിയാണ്. വെള്ളം

കണ്ടമാനം ഒഴുകിപ്പോകുന്നുണ്ട്. പക്ഷേ, താൻ വിചാരിച്ചാൽ ജഹ്നുമഹർഷിയെപ്പോലെ ആ ഗംഗാപ്രവാഹം നിർത്താൻ വഴിയൊന്നുമില്ല. വിദഗ്ധോപദേശവും വിദഗ്ധമായ ചികിത്സയും തന്നെ ആവശ്യം.

കല്യാണസൗഗന്ധികം തേടി പുറപ്പെട്ട ഭീമനെപ്പോലെ കുഞ്ചുനായർ പ്ലംബറെ അന്വേഷിച്ചു യാത്രയായി. ഡ്രൈവർ ശ്രീക്ണ്ഠപ്പിള്ള വണ്ടി എങ്ങോട്ടോ ഒക്കെ ഓടിച്ചുകൊണ്ടുചെന്ന് ഒരു കുണ്ടനിടവഴിയിൽ നിർത്തി.

നേരം സന്ധ്യയോടടുത്തു. ഇരുട്ടു വീണുതുടങ്ങി. സ്ഥലം അത്ര പന്തിയല്ലെന്നു കുഞ്ചുനായർക്ക് അസുഖകരമായ ഒരു തോന്നൽ. കുളിച്ചൊരുങ്ങി തല നിറയെ കനകാംബരപ്പൂ ചൂടിയ പെണ്ണുങ്ങൾ അത്ര വളരെ ആവൃതമല്ലാത്ത ദേഹവടിവു പ്രദർശിപ്പിച്ചുകൊണ്ട് ഒരു വല്ലാത്ത ചിരിയോടെ അങ്ങോട്ടും ഇങ്ങോട്ടും പോകുന്നു. ചാരായത്തിന്റേതാണെന്നു തോന്നുന്ന രൂക്ഷമായ ദുർഗന്ധം. വട്ടക്കണ്ണുകൾ ചുവപ്പിച്ചു മുണ്ടു മടക്കിക്കെട്ടി തലയിൽക്കെട്ടുമായി ചില ദാദാമാർ ഏകലോചനംകൊണ്ട് കുഞ്ചുനായരെ തറപ്പിച്ചുനോക്കിയും അപരേണ വണ്ടിയുടെ രജിസ്ട്രേഷൻ നമ്പർ നോക്കി ഊറിച്ചിരിച്ചുകൊണ്ടും ഒന്നു മൂളിയിരുത്തിക്കൊണ്ടും കടന്നുപോയി.

കുഞ്ചുവിന് ഒരു ഉൾക്കിടിലം.

“എവിടെയാ കൂവേ വണ്ടി കൊണ്ടു നിർത്തിയിരിക്കുന്നത്? പ്ലംബറെ അന്വേഷിച്ചല്ലേ നമ്മൾ വന്നത്?”

“വോ, തന്നെ. ഇവിടെവിടെയോതന്നെ പ്ലംബർ മണിയൻ താമസിക്കുന്നത്.”

“സ്ഥലം കുഴപ്പംപിടിച്ചതാണെന്നു തോന്നുന്നല്ലോ ഹേ. നേരവും ഇരുട്ടി” കുഞ്ചുനായർ അസ്വസ്ഥനായി.

“ഈ ശ്രീകണ്ഠൻ ഉള്ളപ്പോൾ ഇദ്യം എന്തരിനു പേടിക്കിണത്? ഞാനിതാ വന്നേച്ച്” സാരഥി ഇരുട്ടിൽ അപ്രത്യക്ഷനായി.

കുഞ്ചുനായരുടെ ഭീതി ഇരുട്ടിനൊപ്പം വളർന്നു. പറയാൻ കൊള്ളരുതാത്ത എവിടെയോ താൻ അകപ്പെട്ടിരിക്കുകയാണ്. നഗരത്തിന്റെ ഏതോ അധോലോകത്തെ മൂലയിലായിരിക്കണം. പരിചയമുള്ള ആരെയെങ്കിലും അൽപ്പനേരത്തേക്കു വർത്തമാനം പറയാൻ കിട്ടിയെങ്കിലെന്ന് ഏകാന്തദ്വീപിൽ അകപ്പെട്ട റോബിൻസൻ ക്രൂസോയെപ്പോലെ കുഞ്ചുനായർ അകമഴിഞ്ഞ് ആഗ്രഹിച്ചു. ങേഹേ, ഒരുത്തനുമില്ല.

ചാരായത്തിന്റെ മണം മൂക്കിലെ രോമങ്ങളെപ്പോലും ദഹിപ്പിക്കുന്നു. വാരനാരികളും തലയിൽക്കെട്ടുകാരും ചിരിച്ചും കളിച്ചും നടക്കുന്നു. കുഞ്ചുനായരുടെ സംഭ്രമം ഭയമായി മാറി. മനസിരുത്തി പഞ്ചാക്ഷരം ജപിക്കാൻ ശ്രമിച്ചു. ഏകാഗ്രത കിട്ടുന്നില്ല.

എത്രനേരം കഴിഞ്ഞു എന്നറിഞ്ഞുകൂടാ. ശ്രീകണ്ഠൻ ഒരു തടിയനുമായി മടങ്ങിയെത്തി.

“ദാ വന്നിരിക്കുന്നു മണിയൻ. പതിവുപോലെ വെള്ളങ്ങളും അടിച്ചുഫിറ്റായി.”

“ഛെ, ഛെ, ചുമ്മാതിരിയെടേ. സാറു പോവൂടണം. നാളെ രാവിലെ വീട്ടിൽ വന്നേക്കാം. ഒരുകാര്യം ഇപ്പഴേ പറഞ്ഞേക്കാം. മണിയനു റേറ്റ് ഇത്തിപ്പോരം കൂടും. വേറൊരു പണി നടന്നുകൊണ്ടിരിക്കുകയാണ്. അവിടെനിന്നും വേണം ഓടിവരേണ്ടത്.” മണിയൻ വികൃതമായി ഒന്നു ചിരിച്ചിട്ട് അന്തർധാനംചെയ്തു. പൊഴിയൂർ ചാരായത്തിന്റെ ദുർഗന്ധം കുഞ്ചുനായരുടെ നാസാരന്ധ്രങ്ങളിൽ തുളച്ചുകയറി.

പിറ്റേന്നുരാവിലെ വാതിലിൽ നിരന്തരമായ മുട്ടു കേട്ടുകൊണ്ടാണ് കുഞ്ചുനായർ ഉണർന്നത്. വാതിൽ തുറന്നുനോക്കിയപ്പോൾ കണ്ടത് തലേ ദിവസത്തെ ചുവന്ന താടിയേയും അതേപോലുള്ള മറ്റൊരു കഥാപാത്രത്തേയും.

“പൈപ്പ് നന്നാക്കാൻ വന്നവരാണ്. സാറിനു മനസിലായില്ലേ? എവിടെ കുഴപ്പം?” വിദഗ്ധന്മാർ ചോദിച്ചു.

പഴയ സംസ്കൃതനാടകങ്ങളിലെ കഞ്ചുകിയെപ്പോലെ കുഞ്ചുനായർ മുമ്പിലും സുന്ദോപസുന്ദന്മാർ പുറകിലുമായി ഒരു മൂന്നംഗക്കമ്മീഷൻ മട്ടുപ്പാവിലേക്കു പോയി. വിദഗ്ധന്മാർ അരമണിക്കൂർനേരം സൂക്ഷ്മനിരീക്ഷണം നടത്തി.

“ഒരു ഏണി കൊണ്ടുവരണം സാർ.”

“എന്തിന്?” അമ്പരന്ന കുഞ്ചുനായർ ചോദിച്ചു.

“ഏണി ഇല്ലാതെ പാരപ്പറ്റിൽ എറങ്ങണതെങ്ങനെ?” ഒരു വിരാധൻ ചോദിച്ചു.

“അയ്യോ! അതിന് ഏണിയുടെ ആവശ്യമില്ല. എന്റെ പിള്ളേരുവരെ പാരപ്പറ്റിൽ എറങ്ങും.”

“സാറിന്റെ പിള്ളേരിറങ്ങുമെങ്കിൽ അതു സാറിന്റെ കാര്യം. എനിക്ക് ഏണിയില്ലാതെ പറ്റൂല. എന്തരടെ മണിയാ, നെനക്കെറങ്ങാമോ ഏണിയില്ലാതെ?”

“നല്ല കാര്യം! ഏണിയില്ലാതെ എറങ്ങാനോ? മൂന്നടി താഴ്ചയാ. വീതിയില്ലാത്ത പാരപ്പറ്റും. അണ്ണനു വയ്യെങ്കിൽ എനിക്കും വയ്യാ.” മറ്റേ നീചനും കൈയൊഴിഞ്ഞു.

“നേരം പോണു. ഞങ്ങൾക്കു വെള്ളെക്കടവിൽ വേറെ പണിയുണ്ട്. സാറ് എവിടെനിന്നെങ്കിലും വേഗം ഒരു ഏണി സംഘടിപ്പിക്കണം” വിദഗ്ധന്മാർക്കു ക്ഷമകെട്ടു.

ഏതാനും നിമിഷം ഇതികർത്തവ്യതാമൂഢനായി നിന്നതിനുശേഷം കുഞ്ചുനായർ ടെലിഫോൺ ഡയറക്ടറി കൈയിലെടുത്തു. പരിസരത്തുള്ള ഓരോ വീടുകളിലായി ഏണി ഉണ്ടോ എന്നു ചോദിച്ചു. എല്ലാവർക്കും അറിയണം നേരം പരപരാ വെള്ളുത്തപ്പോഴേ എന്തിനാണ് ഏണി അന്വേഷിക്കുന്നത്. ആരുടെയെങ്കിലും കൈയിൽ ഏണി ഉണ്ടോ അതൊട്ട്, ഇല്ലതാനും.

അവസാനം റിട്ടയേർഡ് ഐ ജി ഉദ്ദണ്ഡരാമയ്യരുടെ വീട്ടിൽ ഏണി ഉണ്ടെന്നു കണ്ടുപിടിച്ചു.

പക്ഷേ, ഒരു കുഴപ്പം. അവിടെ അദ്ദേഹവും ഭാര്യയും മാത്രമേ ഉള്ളൂ.

“അതാ കാണുന്ന വളവിലുള്ള പോസ്റ്റിനോടു തൊട്ടിരിക്കുന്ന വീട്ടിൽ ഏണി ഉണ്ട്. നിങ്ങൾ ആരെങ്കിലുംചെന്നു വാങ്ങിച്ചുകൊണ്ടുവന്നാൽ മതി” കുഞ്ചുനായർ പറഞ്ഞു.

രാത്രിഞ്ചരന്മാർ പരസ്പരം നോക്കി.

‘‘ഞങ്ങൾ പോയി ഏണി ചോദിച്ചാൽ ആളറിയാതെ ഏണി തരുമോ?’’ ഒരുത്തൻ പോയിന്റ് ഓഫ് ഓർഡർ ഉന്നയിച്ചു.

“തരും, തരും. അദ്ദേഹത്തോടു ഞാൻ ഫോണിൽ വിളിച്ചുപറഞ്ഞിട്ടുണ്ട്.”

“എങ്കിലും അതല്ല സാർ അതിന്റെ ശരി. സാറുതന്നെ പോയി ഏണി വാങ്ങിച്ചുകൊണ്ടുവരിണതുതന്നെ നല്ലത്. വഴക്കും പുക്കാറും കൂടാതെ കഴിക്കാമല്ലോ, എന്തരെടേ മണിയാ?”

“തന്നെ, തന്നെ.”

കുഞ്ചുനായർ നിസഹായനായി താഴെ ഇറങ്ങി. പുറകേ വിരാധന്മാരും ഇറങ്ങി.

“സാർ ഏണി സംഘടിപ്പിച്ചോണ്ടു വരുമ്പോഴേക്കു ഞങ്ങൾ ഒരു ചായ കുടിച്ചിട്ടു വന്നുകളയാം. വാടേ മണിയാ” ഗുരുശിഷ്യന്മാർ എങ്ങോ അന്തർധാനം ചെയ്തു.

“വാട്ടീസ് ദിസ് കുഞ്ചു? താൻതന്നെ ഏണി ചുമന്നുകൊണ്ടുപോകാൻ വന്നിരിക്കുന്നോ?’’ ഉദണ്ഡൻസ്വാമി അത്ഭുതത്തോടെ മുമ്പിൽ നിൽക്കുന്ന കുഞ്ചുനായരോടു ചോദിച്ചു.

“ഗതികെട്ടാൽ പുലി പുല്ലല്ല വയ്ക്കോലും തിന്നും സ്വാമീ. ഏണി തരണം. ആവശ്യം കഴിഞ്ഞാലുടൻ ഭദ്രമായി തിരിച്ചുകൊണ്ടുതരും” കുഞ്ചു നിസഹായനായി മൊഴിഞ്ഞു.

സ്വാമി അനുകമ്പയോടെ കുഞ്ചുനായരെ നോക്കി.

“ബട്ട് കുഞ്ചു, കമ്മീഷണർ ആൻഡ് സെക്രട്ടറി ടു ഗവൺമെന്റ് രാവിലെ ഏണി ചുമന്നോണ്ടുപോകുക! രൊമ്പ അൺ ഡിഗ്നിഫൈഡ്. എനിവേ, ആവശ്യം കഴിഞ്ഞാൽ ഉടനെ ഏണി തിരിച്ചെത്തിക്കണം. ഇവിടെ പണി നടക്കുകയാണ്, ഓക്കേ?”

കുഞ്ചുനായർ വിയർത്തു കുളിച്ചു. പാപഭാരവും ചുമന്ന് ഒരുതരത്തിൽ വീട്ടിലെത്തി. വിദഗ്ധതൊഴിലാളികൾ ചായകുടി കഴിഞ്ഞു മടങ്ങിയെത്തിയിട്ടില്ല. മണി എട്ടര കഴിഞ്ഞു. തനിക്കു സമയത്തു കച്ചേരിയിൽ പോകാതെ നിവൃത്തിയില്ല. ഒന്നും രണ്ടും മുതൽ യാതൊന്നും കഴിഞ്ഞിട്ടില്ല.

പത്രം എടുത്തുനോക്കി തലക്കെട്ടുകൾ വായിച്ചു. ശ്രദ്ധ നിൽക്കുന്നില്ല. മഹാപാപികൾ തടിതപ്പിയതാണോ ഭഗവാനേ!

ഒരു മണിക്കൂർ കഴിഞ്ഞപ്പോൾ വിസ്തരിച്ച് ചായകുടിയും ധൂമപാനവും കഴിഞ്ഞ് ഏമ്പക്കവും വിട്ട് പ്ലംബർപുംഗവന്മാർ മടങ്ങിയെത്തി.

“ഏണി വന്നോ? ശരി സാർ. ഒരു കാര്യം ചെയ്യണം. ഒരു നൂറുരൂപ

എടുത്ത് മണിയന്റെ കൈയിൽ കൊടുക്കണം. ഡേയ്, സൈക്കിൾ എടുത്തുകൊണ്ടുപോ. ഇശക്കിമുത്തു ചെട്ടിയാരുടെ കടയിൽനിന്നും വാങ്ങിച്ചാൽ മതി. പ്ലംബർ വേലപ്പൻ പറഞ്ഞുവെന്നു പറ."

ഇശക്കിമുത്തു എന്ന നീചനും വേലപ്പൻ എന്ന പരമനീചനുമായി എന്തോ അവിശുദ്ധബന്ധം ഉണ്ടായിരിക്കണം. സ്ഥിരം 'പേ ഓഫ്' ഖഷോഗിസ്റ്റൈൽ. കമ്മീഷൻ എത്ര ശതമാനം ആണെന്നേ ആലോചിക്കേണ്ടതുള്ളൂ.

"എന്തെരെല്ലാം വാങ്ങിക്കണം അണ്ണാ?"

അണ്ണൻതമ്പിമാർ പരസ്പരം എന്തൊക്കെയോ പിറുപിറുത്തു.

"ഒരുകാര്യം ചെയ്തുകളയാം സാർ. ഒരു അമ്പതുരൂപകൂടി കൊടുക്കണം. പതിനഞ്ചു മീറ്റർ പൈപ്പ്. ആറു ബെന്റ്. ഇരുപത്തഞ്ചു കിലോ സിമന്റ്. കുറേ മണൽ. ഇത്രയും സംഘടിപ്പിച്ചുകൊണ്ടു വാടേ മണിയാ." വേലപ്പൻ മന്ത്രവാദി ചാർത്തുകുറിച്ചു.

എവിടെയോ മണി പത്തടിച്ചു. കുഞ്ചുനായർ അറിയാതെ "എന്റെ പാണ്ഡവർക്കാവിലമ്മേ!" എന്നു വിളിച്ചുപോയി. ഓഫീസിൽ പോകേണ്ട നേരമായി. ഈ മഹാപാപിയുടെ പണികഴിഞ്ഞ് എപ്പോൾ പോകാനൊക്കും എന്ന് ഉടയതമ്പുരാനു മാത്രമേ നിശ്ചയമുള്ളു.

"ഞാനിതാ വന്നേച്ചു സാർ. നമ്മുടെ കുര്യാക്കോസ് കോൺട്രാക്ടറുടെ വീട്ടിൽ പണിനടക്കിണു. ഞാനും മണിയനും രാവിലെ ചെല്ലാം എന്നു പറഞ്ഞതാ. നമുക്ക് വേണ്ടപ്പെട്ട ആളുതന്നെ. സാറിന്റെ വീട്ടിൽ ഒന്നു കേറാതെ പോണതു ശരിയല്ലെന്നു പറഞ്ഞതുകൊണ്ടുമാത്രം. കുര്യാക്കോസ് കോൺട്രാക്ടർ സമ്മതിച്ചതാണ്. മണിയൻ സാധനങ്ങൾ കൊണ്ടുവരുമ്പോഴേക്കും ഞാൻ വന്നേച്ചു."

രണ്ടുപേരും പുനശ്ച അന്തർധാനം ചെയ്തു.

കുഞ്ചുനായർ തലയ്ക്കു കൈകൊടുത്ത് ചാരുകസേരയിൽ ചുരുണ്ടുകൂടി ഇരുന്നു. അമരകോശവും സിദ്ധരൂപവും ലഘുസിദ്ധാന്തകൗമുദിയും കുന്നപ്പള്ളിലച്ചന്റെ പ്രക്രിയംഭാഷ്യവും പഠിക്കുന്നതിനു പകരം അൽപ്പം ഡ്രൈവിങ്ങും മോട്ടോർ മെക്കാനിസവും പെയിന്റിങ്ങും പ്ലംബിങ്ങും സ്മഗ്ലിങ്ങും ഒക്കെ പഠിച്ചിരുന്നെങ്കിൽ എത്ര നന്നായിയിരുന്നു! വേണ്ട കാലത്തു വേണ്ടതു തോന്നിയില്ല. ഹന്ത നിർഭാഗ്യം ജനാനാം!

രണ്ടുനാഴിക കഴിഞ്ഞപ്പോൾ മണിയൻ പ്ലംബൻജി സാമഗ്രികളുമായി തിരികെയെത്തി. കുഞ്ചുനായർ ആശ്വാസത്തോടെ എഴുന്നേറ്റു.

"പണി വേഗം ഒന്നു തീർക്കണം. എനിക്ക് ഓഫീസിൽ പോയേ പറ്റൂ."

"ഇങ്ങനെ ദുരിശംകൂടിയാൽ എങ്ങനെ സാർ? രണ്ടുപേരുടെ മൂന്നുദിവസത്തെ പണിയുണ്ട്. സാർ പറഞ്ഞതുകൊണ്ട് വന്നെന്നേയുള്ളു. ഇതു വെറും മെനക്കേട്. അയ്യം കുര്യാക്കോസ് കോൺട്രാക്ടറുടെ വീട്ടിൽ പ്ലംബിങ്ങ് നടക്കുന്നു. വീടിന്റെ എസ്റ്റിമേറ്റ് എത്രാണെന്ന് അറിയാമോ? ഇരുപത്തേഴരലക്ഷം."

അടുത്ത ജന്മമെങ്കിലും താനും ഒരു കുര്യാക്കോസ് കോൺട്രാക്ടറായി ജനിക്കണേ എന്ന് കുഞ്ചുനായർ പരദേവതയോടു പ്രാർഥിച്ചു.

നേരം ഉച്ചയോടടുത്തു. കുഞ്ചുനായർക്ക് വെപ്രാളം വർധിച്ചു. ഓഫീസിൽനിന്നും സ്റ്റെനോഗ്രാഫർ സരോജം മൂന്നുതവണ ഇതിനകം വിളിച്ചു. മന്ത്രി അടിയന്തരമായി അന്വേഷിക്കുന്നുവത്രേ. നിയമസഭയിൽ ഒരു ശ്രദ്ധക്ഷണിക്കൽപ്രമേയത്തിന് മറുപടിപറയാൻ ഉടൻ കുറേ വിവരങ്ങൾ കിട്ടണം.

"എന്റെ പൊന്നു വേലപ്പാ, വേഗം എന്നെ നരകത്തിൽനിന്നൊന്ന് വിമോചിപ്പിക്ക്" അറിയാതെ കുഞ്ചുനായർ പറഞ്ഞു.

പക്ഷേ, ടെലിപ്പതി എന്ന സിദ്ധിവിശേഷം ഇല്ലാതിരുന്നതിനാൽ കുഞ്ചുനായരുടെ പ്രാർഥന വേലപ്പൻ കേട്ടില്ല. മണിയൻ പെരുന്തച്ചൻ പാരപ്പറ്റിൽ ഇരുന്ന് സുഖമായി ബീഡിവലിക്കുകയാണ്. റ്റോട്ടലി റിലാക്സ്ഡ്.

കുഞ്ചുനായർ കോപം അടക്കി നാവിനെ മയപ്പെടുത്തി പറഞ്ഞു:

"അല്ല, മണിയൻ ഇങ്ങനെ സാമട്ടിൽ ഇരുന്നാൽ മതിയോ? എനിക്ക് ഓഫീസിൽ പോകണമല്ലോ."

"വേലപ്പണ്ണൻകൂടി ഒന്നു വന്നുകൊള്ളട്ടെ സാർ. ഒരാൾതന്നെ വിചാരിച്ചാൽ തീരണ പണിയല്ല. വെള്ളം ഒഴുകുന്നതു കണ്ടില്ലേ? കിള്ളിയാറ് കരകവിഞ്ഞൊഴുകുന്നതുപോലെ." മണിയൻ നിസഹായത പ്രകടിപ്പിച്ചു.

ഓഫീസിൽനിന്നും സരോജത്തിന്റെ വിളികളും അന്വേഷണങ്ങളും തുടർന്നു. കുഞ്ചുനായർ കൂട്ടിലിട്ട വെരുകിനെപ്പോലെ മുറ്റത്ത് അങ്ങോട്ടും ഇങ്ങോട്ടും നടക്കുകയാണ്.

ഒരുമണിയോടടുപ്പിച്ച് രണ്ടാം കക്ഷി എത്തിച്ചേർന്നു.

"കുര്യാക്കോസ് കോൺട്രാക്ടർ വിടിണില്ല സാർ. പിന്നെ ഞാൻ ഒരുവിധത്തിൽ നല്ലവാക്കു പറഞ്ഞു പോന്നതാ. ഉടൻ തിരിച്ചുചെല്ലണം. എന്തരെടേ? പണി കഴിഞ്ഞില്ലേ?"

നീചന്മാർ പരസ്പരം ഒന്നു കണ്ണിറുക്കിയോ എന്നു സംശയം!

"എന്തര് പണി കഴിഞ്ഞു? അണ്ണൻ എവിടെ അതിനിടയ്ക്കുപോയത്?"

"രണ്ടുപേരും ഒന്ന് ഉത്സാഹിച്ച് എത്രയുംവേഗം ജോലി തീർത്തുതരണം. എന്നിട്ടുംവേണം എനിക്ക് കുളിച്ച് ഓഫീസിൽ പോകാൻ."

"ശെ. എന്നു പറഞ്ഞാൽ ഒക്കുമോ സാർ. തുരുമ്പിച്ച പൈപ്പും ബെന്റും മുഴുവൻ മാറ്റി പുതിയ പൈപ്പും ബെന്റും ഇട്ട് വാൽവുമാറ്റി വാഷറും വച്ചുമുറുക്കാതെ ഈ ലീക്ക് നിക്കുമോ? നല്ലകാര്യം!"

തസ്കരന്മാർ താഴെയിറങ്ങി വന്നു.

രണ്ടുമണിയായപ്പോൾ പരിക്ഷീണനായ കുഞ്ചുനായരോട് പ്രഖ്യാപിച്ചു:

"പണി തീർന്നു സാർ."

“ശരി, കൂലി എന്താണെന്നു പറയണം. വേഗം, വേഗം. എനിക്ക് ഒട്ടും നേരമില്ല.”

“സാറിന് ഇഷ്ടമുള്ളതു തന്നാൽ മതി. നല്ലകാര്യം! സാറിനോട് കണക്കുപറയാനോ? നാളയും ഒരു ആവശ്യമുണ്ടെങ്കിൽ ഇങ്ങോട്ടല്ലാതെ വേറെ എവിടെ പോണത്? അല്യേ വേലപ്പണ്ണാ?”

“അങ്ങനല്ല. എത്രാണെവന്നുവച്ചാൽ പറഞ്ഞാട്ടേ. നേരം പോയി.”

“ഒരുദിവസത്തെ മെനക്കേടാണു സാർ. കൂടുതലൊന്നും കേക്കണില്ല. നൂറുരൂപവച്ചു തന്നേക്കണം.”

കുഞ്ചുനായർ ഞെട്ടി. കഷ്ടിച്ച് പതിനഞ്ചുമിനിറ്റുനേരം ജോലി ചെയ്തുകാണും. അതിനാണ് ഇരുനൂറുരൂപ.

“ഇരുനൂറുരൂപയോ? അതെന്തോന്നു കണക്ക്? അരമണിക്കൂർ നേരത്തെ ജോലിപോലും ഇല്ലായിരുന്നല്ലോ.” കുഞ്ചുനായർ ദുർബലമായിട്ടെങ്കിലും പ്രതിഷേധിച്ചു. ഉപഭോക്താവെന്ന കഴുത!

അധ്വാനിക്കുന്ന വർഗത്തിന്റെ മുഖം കറുത്തു. ഭാവം മാറി.

“ചിലമ്പാതെ കാശ് തരണം സാർ. ഒരു ഗൾഫ്കാരൻ കോൺട്രാക്ടറുടെ വീടുപണി ഇട്ടിട്ടാണ് ഇവിടെ വന്നത്. ഒരുദിവസത്തെ മെനക്കേടാണ്. തൊഴുംപുകെട്ട ജോലി. രൂപ എണ്ണിത്തന്നിട്ട് സാർ എവിടെന്നുവച്ചാൽ പൊയ്ക്കോളണം.”

മിനിമം വേജസ് ആക്ട്, പേയ്മെന്റ് ഓഫ് വേജസ് ആക്ട്, ഈക്വൽ റമ്യൂണേഷൻ ആക്ട്, തൊഴിൽത്തർക്കനിയമം ഇതൊക്കെ നടപ്പിലാക്കേണ്ട സംസ്ഥാനത്തെ ഏറ്റവും ഉയർന്ന ഉദ്യോഗസ്ഥനാണു താൻ. പക്ഷേ, നിയമത്തിനും നീതിക്കും അല്ല സ്ഥാനം. മുഷ്കിനും സംഘടനാബലത്തിനുമാണ്. മാനമാണ് വലുത്. കുഞ്ചുനായർ മിണ്ടാതെ അകത്തുചെന്ന് ഇരുനൂറുരൂപ കൊണ്ടുവന്ന് എണ്ണിക്കൊടുത്തു. പ്ലംബദ്വയം വിജയഭാവത്തിൽ ശ്രമഅയുക്ത് ഏവം നോക്കി പുഞ്ചിരിച്ചു.

“അപ്പോൾ ഏണി?” കുഞ്ചുനായർ ചോദിച്ചു.

“ഞങ്ങക്കു നേരമില്ല സാർ. കുര്യാക്കോസ് കോൺട്രാക്ടർ കലമ്പും. ഏണി സാറുതന്നെ കൊണ്ടു തിരിച്ചുകൊടുക്കണം. അതാണു നല്ലത്.”

അപ്പോഴാണ് കുഞ്ചുനായർ ശ്രദ്ധിച്ചത്. ഇശക്കിമുത്തുവിന്റെ കടയിൽനിന്നു കൊണ്ടുവന്ന സാധനങ്ങളുടെ പത്തിൽ ഒരംശംപോലും ഉപയോഗിച്ചിട്ടില്ല. ബാക്കിമുഴുവനും, മന്ത്രവാദി കോഴിയും കോടിത്തോർത്തും അരിപ്പൊടിയും നാളികേരവും മഞ്ഞൾപ്പൊടിയും ഒക്കെ തന്റെ ഭാണ്ഡത്തിൽ വാരിക്കെട്ടി കൊണ്ടുപോകുന്നതുപോലെ കൊണ്ടുപോകാൻ തയാറായി സൈക്കിളിന്റെ പിറകിൽ തൂക്കിയിട്ടുള്ള ഒരു കുടവയറൻ സഞ്ചിയിൽ നിക്ഷേപിച്ചിരിക്കുകയാണ്. തന്നെ മാനംകെടുത്തി ലോകത്തെങ്ങുമില്ലാത്ത കൂലി വാങ്ങിച്ചതിനു പുറമേയാണ് വാങ്ങിച്ച സാധനങ്ങൾ നട്ടുച്ചയ്ക്കു താൻ കാൺകെ കൊള്ളയിട്ടുകൊണ്ടുപോകുന്നത്. അതും ഏണി ചുമക്കുക എന്ന ശിക്ഷയ്ക്കു പുറമേ.

ഏതു ഭീരുവും ധീരനാകുന്ന ചില നിമിഷങ്ങളുണ്ട്. കുഞ്ചുനായർ അട്ടഹസിച്ചു:

“മര്യാദയ്ക്ക് ആ സാധനങ്ങളൊക്കെ ഇവിടെ കൊണ്ടുവയ്ക്കെടാ. ഗ്രഹപ്പിഴയ്ക്കു വീട്ടിൽ ഒന്നു വിളിച്ചു കയറ്റിപ്പോയി എന്നു കരുതി എന്തു തോന്നിയവാസവും ആകാമെന്നോ? അതോ പോലീസിനെ വിളിക്കണോ?”

മണിയവേലപ്പന്മാർ പരസ്പരം നോക്കി. തികഞ്ഞ പുച്ഛത്തോടെയും ഒറ്റയായും കൂട്ടായും കുഞ്ചുനായരെ നോക്കി.

“വെരട്ടാതിരിക്കണം സാർ. ഇതാ കെടക്കണ് സാറിന്റെ സാധനങ്ങൾ. എടുത്തു വച്ചേക്കണം, ഒന്നരച്ചക്രത്തിന്റെ പൂക്കാണ്ടി.” തസ്കരന്മാർ സഞ്ചിയിൽനിന്നും പൈപ്പുകളും വാൽവുകളും പേരറിഞ്ഞുകൂടാത്ത മറ്റെന്തൊക്കെയോ സാധനങ്ങളും എടുത്തു മുറ്റത്തേക്ക് എറിഞ്ഞു. ക്രുദ്ധരായി ഗേറ്റു വലിച്ചടച്ച് സ്ഥലം വിട്ടു.

മുൻമുഖ്യമന്ത്രി ശ്രീ അച്ചുതമേനോൻ എവിടെയോ എഴുതിയിരുന്നത് കുഞ്ചുനായർ ഓർത്തു. കേരളത്തിൽ തൊഴിലില്ലായ്മ അതിന്റെ പാരമ്യത്തിൽ എത്തിനിൽക്കുകയാണ്. ആസൂത്രണക്കമീഷൻ മുതൽ കവലപ്രസംഗക്കാരൻ വരെ ദിവസവും അതിനെച്ചൊല്ലി വിലപിക്കും. പക്ഷേ, തെങ്ങിൽ കയറാനോ പറമ്പൊന്നു കിളയ്ക്കാനോ ഒരുത്തനെ കിട്ടില്ല. എല്ലാവർക്കും വെള്ളക്കോളർജോലി മാത്രം മതി.

സൂക്ഷ്മദർശിയായ അച്ചുതമേനോൻ പറഞ്ഞത് പ്രത്യക്ഷരം ശരിയാണെന്നു കുഞ്ചുനായർ ഓർത്തു. സർക്കാരിന്റെ കണക്കനുസരിച്ച് എംപ്ലോയ്മെന്റ് എക്സ്ചേഞ്ചുകളിൽ പേരു രജിസ്റ്റർചെയ്തവർ മാത്രമായി കേരളത്തിൽ മുപ്പത്തിനാലു ലക്ഷം തൊഴിലില്ലാത്തവരുണ്ട്. അതിൽത്തന്നെ എഞ്ചിനീയറിങ് ബിരുദധാരികൾ, ഡിപ്ലോമക്കാർ, ഐ ടി ഐ ക്കാർ ഇവരെല്ലാംകൂടി പത്തെഴുപതിനായിരം. പക്ഷേ, ഒരു പ്ലംബറെയോ, ഇലക്ട്രീഷ്യനെയോ അന്വേഷിച്ചുനോക്കൂ. മരുന്നിനുപോലുമില്ല. ഇനി കിട്ടിയെന്നിരിക്കട്ടെ. അവന്റെ ഒരു ദിവസത്തെ കൂലി എന്തെന്ന് ചോദിച്ചു നോക്കൂ. മോഹൻലാലിന്റെയും മമ്മൂട്ടിയുടേയും ഒരു ദിവസത്തെ കോൾഷീറ്റിന്റെ റേറ്റിനേക്കാൾ കൂടുതൽ.

ച്ചാൽ കേരളം വളരുന്നു, സംശല്യ.

7

മാഷിന്റെ തീരുമാനം ഫൈനൽ!

പ്രസിദ്ധ ഡോക്ടറായ ളാലം വേലുപ്പിള്ളയുടെ ചെവിക്കായത്തെക്കുറിച്ചുള്ള സരസവും സാരഗർഭവുമായ പ്രഭാഷണത്തിൽ ലയിച്ച് പരിസരബോധംപോലും ഇല്ലാതിരിക്കുമ്പോഴാണ് കുടപ്പനക്കുന്നുകാരുടെ അനൗൺസ്മെന്റ് മണ്ടൻപെട്ടിയുടെ സ്ക്രീനിന്മേൽ പ്രത്യക്ഷപ്പെട്ടത്-ഭീകരമായ ഒരു ശബ്ദഘോഷത്തിന്റെ അകമ്പടിയോടെ.

"അടുത്തതായി അന്തർകോളേജ് ക്വിസ് പ്രോഗ്രാം സെമി ഫൈനൽസ്. ക്വിസ് മാസ്റ്റർ ഡി വൈ എസ് പി ശ്രീ എം കെ ചിത്രാംഗദൻപിള്ള" ദൂരദർശിനി മൊഴിഞ്ഞു.

ഹാൻഡിൽബാർ മേൽമീശ ചിക്കിക്കൊണ്ട് ക്വിസ് മാസ്റ്ററദ്യം ആഡിയൻസിനെ കടാക്ഷിച്ചു. ദന്തപംക്തി പ്രദർശിപ്പിച്ച് ഒരു ക്ലോസപ്പ് ചിരിപാസാക്കി. വളരെക്കാലമായി വലവീശീക്കൊണ്ടിരിക്കുന്ന കുപ്രസിദ്ധ സാമൂഹ്യവിരുദ്ധൻ കൊഞ്ചിറവിള മണിയനെ യാദൃച്ഛികമായി ട്രാഫിക് ഡ്യൂട്ടിയിലുള്ള ഒരു ഇൻചാർജ് പിടികൂടി തന്റെ മുമ്പിൽ ഹാജരാക്കിയാൽ ചിരിക്കുന്ന ചിരിപോലെ. എടന്മാരേ! എടികളേ! ക്വിസ് മാസ്റ്ററായ നാം ഇതാ കാലേകൂട്ടി വന്നിരിക്കുന്നു. ഈ എടങ്കേടിനൊന്നും നേരമുണ്ടായിട്ടല്ല, പിന്നെ ദൂരദർശൻകാർ വന്നു കാലുപിടിച്ചതുകൊണ്ട് അങ്ങ് ഏറ്റുവെന്നേയുള്ളു. എന്നാൽ കണ്ടോ നമ്മുടെ പെർഫോമൻസ് എന്ന് ചിരിയുടെ വിസ്തരിച്ചുള്ള അർഥം.

"അടുത്തതായി കുമാരി മാലതികുറുപ്പ് ടീമുകളെ പരിചയപ്പെടുത്തുന്നതാണ്" മാസ്റ്റർജി ഗാംഭീര്യത്തോടെ ഉപക്രമിച്ചു.

"സോറി സർ, ആരതി പണിക്കർ എന്നാ എന്റെ പേര്. മാലതി കുറുപ്പ് എന്നല്ല." തെല്ലു പരിഭവത്തോടെ കണക്കെഴുത്തുകാരി സാൽവാർ-കമ്മീസ്-ദുപ്പട്ടാ മൊഴിഞ്ഞു. പറഞ്ഞതു പതുക്കെയാണെങ്കിലും ശബ്ദസംവിധാനത്തിന്റെ മെച്ചംമൂലം ഇടിവെട്ടിയപോലെ കുമാരിയുടെ പ്രതിഷേധം മുഴങ്ങി. പ്രേക്ഷകജനം ഞെട്ടി.

"കള കൊച്ചേ. കുറുപ്പും പണിക്കരും നായരും പിള്ളേം മേനോനും ഒക്കെ ഒന്നല്യോ, പോട്ടെ. ഒന്നുവേഗം തൊടങ്ങിക്കേ. ദുരിശമുണ്ട്. എസ്പിയദ്യം ഇൻസ്പെക്ഷനു വരുന്നു, നാലുമണിക്ക്." ക്വിസ് മാസ്റ്ററുടെ സാന്ത്വനവും മുഴങ്ങി.

"ടീം എ ബി ബി സി കോളേജ്, കൊമ്പൊടിഞ്ഞമാക്കൽ....."

"കൊമ്പൊടിഞ്ഞമാക്കലോ? അവിടാ ഞാൻ അമ്പത്തേഴിൽ പ്രൊബേഷണറി എസ് ഐ ആയിട്ട് ആദ്യം ചാർജെടുത്തത്. കോഴിജോർജദ്യം സർക്കിൾ...." ഒരു ആത്മഗതം.

ആരതിക്കുട്ടി ഈർഷ്യയോടെ ക്വിസ് മാഷെ നോക്കി.

"സിനി പി വിയും സുമൻ കെ ജെയും ബി ബി സി കോളേജിനെ പ്രതിനിധീകരിക്കുന്നു."

സിനിയും സുമനും അപ്പടിയേതാൻ എന്ന് തല അൽപ്പം ചലിപ്പിച്ച് അംഗീകരിച്ചു.

"കൊള്ളാം, നെക്സ്റ്റ്" മാഷ് ധൃതികൂട്ടി റാഡോവാച്ചിൽ നോക്കി.

"ടീം ബി, ചാത്തന്നൂർ മെഡിക്കൽകോളേജ്. അമിതാബ് മത്തായിയും സുനിൽ കുഞ്ചെറിയായും."

"എന്തൊരു പേരാ ഇപ്പഴത്തെ പിള്ളാരുടേത്! നാക്കേൽ നുഴയത്തില്ല. ങും, അടുത്തത്. ക്വിക്ക്! ക്വിക്ക്!"

"ടീം സി, എഞ്ചിനീയറിങ് കോളേജ്, വാണിയൻകുളം പങ്കജ് മേനോനും രവി ഇട്ടൂപ്പും."

"അതുശരി. നടക്കട്ടെ, നടക്കട്ടെ."

"ടീം ഡി, എഫ് ബി ഐ കോളേജ്, മെഴുവേലി. ശബ്നാ പി സിയും വൈശാലി വർഗീസും."

"തീർന്നല്ലോ റൈറ്റ്. റൂളും ചട്ടോം ഒന്നും വിസ്തരിച്ചു നേരം കളേന്നില്ല. പരിപാടി തുടങ്ങുന്നു. അറ്റൻഷൻ!"

ക്വിസ് മാസ്റ്റർ മേശപ്പുറത്തു ശക്തിയായി ഇടിച്ച് ടീമുകളുടെ ശ്രദ്ധ ക്ഷണിച്ചു. മേശപ്പുറത്തു വച്ചിരുന്ന ഗ്ലാസ് താഴെ വീണു പൊട്ടി. പാനദ്രവ്യം, കണക്കപ്പിള്ളയുടെ കാശ്മീരിക്കുപ്പായത്തിൽ തെറിച്ചുവീണു. അസഹ്യതയോടെ കുമാരി മാസ്റ്റർജിയെ നോക്കി.

കാക്കിച്ചട്ടൈ പോട്ട മച്ചാൻ പരിപാടി ആരംഭിച്ചു.

"ചോദ്യം നമ്പർ വൺ, ടീം ഏയോട്. മലയാളത്തിലെ ആദ്യത്തെ ലക്ഷണമൊത്ത നോവൽ ഏത്? അണ്ടർസ്റ്റാൻഡ്?"

"ഘാതകവധം"

"തെറ്റ്, ടീം ബി"

"പുല്ലേലിക്കുഞ്ചു."

"ഛേ! റോങ്. ടീം സി"

"ഫുൽമോനി എന്നും കോരുണ എന്നും പേരായ സ്ത്രീകളുടെ...."

"ഛട്! ഛട്! എന്തോന്നാടാ പിള്ളാരേ പറഞ്ഞോണ്ടുവരുന്നത്? ടീം ഡി."

"പാസ്."

"ഒന്നിനും നിശ്ചയമില്ല. കഷ്ടംതന്നെ! പഴേ മലയാളം ഹയറുകാരോടു ചോദിക്കണമാരുന്നു. മണിമണിപോലെ ഉത്തരം പറഞ്ഞേനെ. ങ, പോകട്ടെ. ശരിയായ ഉത്തരം കേട്ടോളിൻ. ഇന്ദുലത....."

"അയ്യോ! തെറ്റി സാർ. കുന്ദലത എന്നാ ശരിയായ ആൻസർ" ആരതി അമ്പരപ്പോടെ പറഞ്ഞു.

"ങാ, എന്നാൽ അങ്ങനെ. അടുത്തചോദ്യം ടീം ബിയോട്. 1900–ാമാണ്ടത്തെ ഒളിമ്പിക്സ് മത്സരങ്ങൾ എവിടെവച്ചാ നടന്നത്?"

നിശബ്ദത. പിന്നെ മന്ദസ്വരത്തിൽ: "പാസ്."

"ടീം സി."

മേൽപ്പടിതന്നെ.

"ടീം ഡി."

തഥൈവ.

"ടീം ഏക്കാർക്ക് നിശ്ചയമുണ്ടോടീ, കൂവേ?"

സിനിയും സുമനും ദയനീയമായി പരസ്പരം നോക്കി.

"വൈ ബ്ലിങ്കിംഗ്? പിടിയില്ല, അല്ല്യോ? അല്ല. ഇച്ചിരേം ഇല്ലാത്ത നിന്നെയൊക്കെ എങ്ങനാ കുറ്റം പറേന്നത്? അന്നു നിന്റെയൊക്കെ അപ്പൂപ്പൻതന്തമാർപോലും കൂമ്പാളയുടുത്തു നടക്കുന്ന പ്രായമല്ല്യോ? ഏതു കോന്തനാ ഈ ചോദ്യക്കടലാസ് ഇട്ടത്? ആയിരത്തിത്തൊള്ളായിരാമാണ്ട്! എന്നുവച്ചാൽ മൂലംതിരുനാളിന്റെ കാലം......"

"സാർ, സമയംപോകുന്നു....." കവിതാ അഗർവാൾ അക്ഷമയായി.

"ങാ, റൈറ്റ്, റൈറ്റ്, പാരീസ് എന്നാ ഇതിൽ എഴുതിവച്ചിരിക്കുന്നത്. അതാരിക്കും ശരി. ആർക്കും പോയിന്റില്ല. അല്ല്യോ? അടുത്ത ചോദ്യം ടീം സീയോട്. എടാ, പിള്ളേരെ! അറ്റൻഷൻ! പൈറോമീറ്റർ എന്തോന്ന് അളക്കാനുള്ളതാ?"

പിള്ളേർ കണ്ണുതള്ളി.

"ഛ! എഞ്ചിനീയറാകാൻ പഠിക്കുകാ! പരട്ടകൾ! ഇതുപോലും നിശ്ചയമില്ല. അടുത്ത ടീം പറയട്ടെ."

"വളരെ ദൂരത്തുള്ള ഉയർന്ന ഊഷ്മാവ് രേഖപ്പെടുത്തുന്നതിന്."

"മിടുമിടുക്കി. കറക്ട് കണ്ടു പഠിക്കിനെടാ പെൺപിള്ളാരെ. നിന്നെയൊക്കെക്കൊണ്ട് ബസിനു കല്ലേറിയാനും കഞ്ചാവുബീഡി വലിക്കാനും കൊള്ളാം. ങും, അടുത്ത ചോദ്യം നിങ്ങളോടുതന്നാ കുഞ്ഞുങ്ങളെ. 59–ാമത്തെ ഓസ്കാർ അവാർഡ് നേടിയ നടി ആരാ? പത്രമായ പത്രത്തിലൊക്കെ പേരൊണ്ടാരുന്നല്ലോ" സിദ്ധാർഥബാസു അൽപ്പം മനോധർമം വച്ചുകാച്ചി.

"പമേലാ ബോർഡസ്" അറച്ചറച്ച് വൈശാലി വർഗീസ് പറഞ്ഞു.

"ഛെ! കളഞ്ഞല്ലോ മോളേ. ആ എന്തിരവടെ പേരേ പറയാൻ കണ്ടൊള്ളോ? ഹും! ഇവിടെങ്ങാനും ആരുന്നെങ്കിൽ ഈ ചിത്രാം

ഗദൻപിള്ള ഇമ്മോറൽ ട്രാഫിക്കിനു കേസ് ചാർജ്ജുചെയ്തു കുറഞ്ഞതു റസ്ക്യൂ ഷെൽറ്ററിലെങ്കിലും കേറ്റിയേനേം.

"സ്കിസ് മീ സർ. ദ റ്റൈം ഇസ് റണ്ണിങ് ഔട്ട്....." ആരതി കരയുന്ന സ്വരത്തിൽ ഓർമിപ്പിച്ചു.

"ശരി. ശരി. ഇപ്പം തീർത്തേക്കാം ഈ ഏടാകൂടം. ടീം എ? ടീം ബി? എന്തോന്നാടാ ചിണുങ്ങുന്നത്? നാക്കെറങ്ങിപ്പോയോ? നിശ്ചയമില്ലെങ്കിൽ അതു പറ. മെനക്കെടുത്താതെ. എന്തോന്നാ അമ്മിണി ഇതേലെ ഴുതിയിരിക്കുന്നത്? കണ്ണാടി പറ്റുന്നില്ല."

'മാർലി മാറ്റ്ലിൻ" ആരതി ഈർഷ്യയോടെ പറഞ്ഞു.

"ങേ, അവളുതന്നെ. ശരിയുത്തരം ആർക്കുമില്ല. അടുത്ത ചോദ്യം എയോടുതന്നെ. ഹ! ഉറക്കം തൂങ്ങുന്നോ? കാലത്തെ ഒന്നും കഴിച്ചില്ല്യോ? ഒന്നു ചൊവ്വേനേരെ നൂർന്നിരിക്കിനെടീ പിള്ളാരെ. ആ മോണിറ്ററിലോട്ടു നോക്കിൻ. അതിൽ കാണുന്ന പടം ആരുടേതാന്നു പറ."

"മുസോളിനി"

"ഫ! മണ്ടൂസുകൾ പേരു കേട്ടപ്പഴേ ഞാൻ കരുതിയതാ. വിവരം കാണത്തില്ലെന്ന്! ടീം ബിക്കു വല്ല വെളിവും ഒണ്ടോടാ?"

"ഗോവിന്ദ വല്ലഭ" അൽപ്പം ഭയപ്പാടോടുകൂടി ഒരു ചാത്തന്നൂർക്കാരൻ പിറുപിറുത്തു.

ഇട്ടൂപ്പും മേനോനും നിരാശയോടെ ചോദ്യം കൈവിട്ടു.

"ഹ! എത്ര എളുപ്പം പറഞ്ഞു! പാസ്, തന്ത ചൂണ്ടയിട്ടും ചീനിക്കുകിളച്ചുമാരിക്കും പഠിപ്പിക്കുന്നത്. വന്നിരിക്കുന്നു ടൈയും മുറിക്കൈയൻഷർട്ടും കളസോമൊക്കെയായിട്ട്. ടീം ഡിയും മിഴിക്കുന്നു. ശരിയുത്തരം കേക്കിനെടാ ചെവിതൊറന്ന്. സാക്ഷാൽ സി വി രാമൻപിള്ളയദ്യം. കേട്ടോടാ എനത്താന്മാരേ? ഞാൻ ഏഴാംക്ലാസിലാ ധർമരാജാ പഠിച്ചത്.'

"സർ, പ്രോഗ്രാം തീരാറായി." ആരതി വീണ്ടും വിലാപസ്വരത്തിൽ മൊഴിഞ്ഞു.

''ഇതാ തീർത്തേച്ചു പണ്ടാരം. അവസാനത്തെ ചോദ്യം ടീം ബിയോട്. ശബ്ദം ശ്രദ്ധിച്ചു കേക്കിൻ. ഇനീം പറ ആരുടെ ശബ്ദം?"

"പട്ടം താണുപിള്ള" അമിതാബ് മത്തായി പറഞ്ഞു. പയ്യന്റെ ഒച്ചയിൽ സ്പഷ്ടമായും വിറയിലുണ്ടായിരുന്നു.

"ഛെ! മരങ്ങോടൻ! നിന്നെ തള്ള പെറ്റിടുന്നതിനു മുൻപേ താണുപിള്ളസാർ മരിച്ചുപോയിക്കാണുമല്ലോടാ കൊച്ചനേ. വിവരക്കേടിനും ഇല്ല്യോ ഒരു ലിമിറ്റ്? നിനക്കറിയാമോടാ എഞ്ചിനീയറേ? ടീം സി."

"പ്രേംനസീർ" ഇട്ടുപ്പു മുരണ്ടു.

"ഇത്തിക്കരപ്പക്കി. ഫ. പ്രേംനസീറുപോലും! അടുത്ത ടീം...... അറിയാമോടീ കൊച്ചേ? നോ? നേരം കളയാതെ. ടീം എ ക്വിക്ക്.... എന്തോന്നാ മിഴുങ്ങസ്യാന്നിരിക്കുന്നത്? ഇടിയൻനാറാപിള്ളയദ്യം എന്നാരിക്കും പറ

യാൻ പോകുന്നത്. എന്നാൽ വേണ്ട. ഞാൻ തന്നങ്ങു പറഞ്ഞേക്കാം. ചർച്ചിൽ സായിപ്പ്.

“റൈറ്റം ഓവർ” പ്രകടമായ ആശ്വാസത്തോടെ ആരതി പ്രഖ്യാപിച്ചു.

“കഴിഞ്ഞോ സംഗതി? ഉപകാരം. ആരാ ജയിച്ചതെന്നുകൂടി പറഞ്ഞേര്.”

“അഞ്ചു പോയിന്റു നേടി ടീം ഡി ഫൈനൽസിലേക്കു കടന്നിരിക്കുന്നുന്നു.” കണക്കപ്പിള്ളയുടെ കിളികൊഞ്ചൽ.

“ടീം ഡീയോ? അതുകൊള്ളാം. പെങ്കൊച്ചുങ്ങൾ. കണ്ടുപഠിക്കനെടാ പീറകളേ നീയൊക്കെ. അപ്ലാസ് ഉച്ചത്തിൽ ങാ, മതി മതി. യോഗം പിരിച്ചുവിട്ടിരിക്കുന്നു.”

8

സി പി നായരുടെ ആദ്യപ്രലോഭനം

സംഭവം ഞാൻ സെക്കൻഡ് ഫാറത്തിൽ പഠിക്കുമ്പോഴായിരുന്നു എന്നാണ് ഓർമ.

എന്റെ ആദ്യപ്രലോഭനം.

മാവേലിക്കര വിൽപ്പനനികുതി ആഫീസ് പ്രവർത്തിച്ചിരുന്നത് ഞങ്ങളുടെവക കെട്ടിടത്തിലാണ്. ശ്രീ. പി എ കാസിം ആണ് സെയിൽസ് ടാക്സ് കമ്മീഷണർ. കുടുംബസുഹൃത്തായ അദ്ദേഹം സർക്കീട്ടു വരുമ്പോഴൊക്കെ ആഫീസ് പരിശോധനയ്ക്കുശേഷം ഞങ്ങളുടെ വീട്ടിലേക്കും ഒന്നു കടക്കും.

കാസിം സാഹിബിനെ സ്വീകരിക്കാൻ വിപുലമായ ഒരുക്കങ്ങളാണ്. ഒരു തീവ്രയത്നശുചീകരണപരിപാടി ആരംഭിക്കുന്നു. സ്വീകരണമുറിയിൽനിന്ന് എന്റെ പാഠപുസ്തകങ്ങളുൾപ്പെടെയുള്ള അലവലാതിസാധനങ്ങൾ നിഷ്കരുണം നീക്കുന്നു. ആണ്ടിലൊരിക്കൽമാത്രം വെളിച്ചം കാണുന്ന പച്ച സാറ്റിൻ മേശവിരി വെളിയിൽവന്നു വട്ടമേശയെ അലങ്കരിക്കുന്നു. വട്ടമേശമേൽ വിഭവങ്ങൾ നിരക്കുന്നു. ആഫീസ് പരിശോധന എന്ന വഴിപാടിനുശേഷം വി ഐ പി എത്തിച്ചേരുന്നു. തുടർന്ന് കുശലപ്രശ്നങ്ങൾ. സാമാന്യം ഗുരുവായ ലഘുഭക്ഷണത്തിനുശേഷം അദ്ദേഹം സ്ഥലം വിടുന്നു. ഇതാണ് പരിപാടിയുടെ സാമാന്യമായ രൂപം.

കീഴ്നടപ്പനുസരിച്ച് കമ്മീഷണറദ്യം പരിശോധനയ്ക്കു വന്നിട്ടുള്ള വിവരം വിൽപ്പനനികുതി ആഫീസിലെ ശിപായി പുഷ്കരൻ വീട്ടിൽ വന്നറിയിച്ചു.

സ്വാഗതസംഘത്തിന്റെ സ്ഥിരം അധ്യക്ഷ അമ്മൂമ്മയാണ്.

മോൻ പിടീന്ന് കോട്ടയ്ക്കകത്തു ചെന്ന് പട്ടരുടെ കടേന്ന് പത്തു ലഡു വാങ്ങിച്ചുകൊണ്ടുവാ. നേരമങ്ങുപോയി. ബാക്കിയൊക്കെ ഇവിടുണ്ടാക്കാം. അമ്മൂമ്മ എനിക്കു നിർദേശം തന്നു.

ലഡു ആ പേരുതന്നെ എത്ര മധുരം! നിർദേശം ലഭിക്കാത്ത താമസം ഞാൻ ഒന്നരമൈൽ ദൂരെയുള്ള കളത്തു അയ്യൻസ്വാമിയുടെ ഉടുപ്പിശരവണഭവ ഹോട്ടൽ ലക്ഷ്യമാക്കി യാത്രയായി. ടി ഹോട്ടലിലാണ് ഞങ്ങളുടെ നാട്ടിലെ ഏക ബ്രാഹ്മണാൾ കാപ്പി ശാപ്പാട് ഹോട്ടൽ. സ്വാമിയുടെ മധുരപലഹാരങ്ങളോ, സ്വാദിന് ജഗത് പ്രസിദ്ധം. പരിശുദ്ധമായ പശുവിൻനെയ്യിൽ തയാർചെയ്തത്. നോ അഡൽറ്ററി!

വിയർത്തൊലിച്ചു ഞാൻ ഹോട്ടലിലെത്തി. എക്സിക്യൂട്ടീവ് ഡയറക്ടർ ഉച്ചയൂണു കഴിഞ്ഞ് രണ്ടു ബഞ്ചുകൾ ചേർത്തിട്ട്, ടോപ്ലെസായി മലർന്നുകിടന്നു കൂർക്കം വലിച്ചുറങ്ങുകയാണ്. കുടുമ്മി അഴിഞ്ഞുലഞ്ഞു കിടക്കുന്നു. ബ്രഹ്മക്ഷൗരത്തിൽ ഈച്ചകൾ വിഹരിക്കുന്നു. ആധുനികോത്തരന്മാരുടെ ഭാഷയിൽ മന്വന്തരങ്ങളായി ജലസ്പർശമേറ്റിട്ടില്ലാത്ത, വേണ്ടതിലേറെ കരിയും പുകയറയും എണ്ണമെഴുക്കും പേരറിഞ്ഞുകൂടാത്തതും എന്നാൽ കണ്ടാൽ അറിയാവുന്നതുമായ മറ്റനവധി മാലിന്യങ്ങളും ചേർന്നു വർണശബളമാക്കിയ, ഒറ്റത്തോർത്തുമാത്രം ഉടുത്തിട്ടുണ്ട്. അതിനിടയിലൂടെ ഇരുണ്ടനിറമുള്ള പുരാവസ്തുവായ ഒരു കോണകം തിരനോട്ടം നടത്തുന്നു. കൈകൾ മടക്കി തലയ്ക്കടിയിൽവച്ച് കക്ഷങ്ങളിലെ സ്വകാര്യവനവൽക്കരണം പ്രദർശിപ്പിച്ചുകൊണ്ട് ഒരുതരം ശരശയനമട്ടിലാണ് സ്വാമിയുടെ കിടപ്പ്. നിരന്തരമായ പൊടിവലിമൂലം ബ്രഹ്മാവു സൃഷ്ടിച്ചതിൽനിന്നും വ്യാസം ഇരട്ടിയായി വളർന്നുകഴിഞ്ഞിട്ടുള്ള നാസാരന്ധ്രങ്ങളിലും പകുതി തുറന്ന വായിലുംകൂടി ഉഗ്രമായ കൂർക്കംവലിപ്രക്രിയ നടക്കുന്നു, ഖണ്ഡചാപ്പുതാളത്തിൽ. കൂർക്കത്തിനൊപ്പിച്ചു സിലുക്കിനും ജയമാലിനിക്കും ഡിസ്കോ ശാന്തിക്കുപോലും അസൂയ ജനിപ്പിക്കുന്ന സ്വാമിയുടെ കുചകംഭങ്ങൾ ഉയരുകയും താഴുകയും ചെയ്യുന്നു.

ഞാൻ അൽപ്പം ഉച്ചത്തിലൊന്നു ചുമച്ചു. സ്വാമി ഈർഷ്യയോടെ കണ്ണു തുറന്നു.

യാർ നീ?

കമലാലയത്തീന്നു വരുകാ!

എന്ന വേണം?

ലഡു–പത്തെണ്ണം!

ലഡുവിന്റെ പേരുപറയുമ്പോൾത്തന്നെ എന്റെ വായിൽ വെള്ളമൂറി.

സ്വാമി ഒരു തുടർനോവൽപോലെ നീണ്ട കോട്ടുവാ വിട്ട് എഴുന്നേറ്റിരുന്നു. അത്രവളരെ സഭ്യമല്ലാത്ത രീതിയിൽ വൻകുടലിന്റെ അറ്റം ചൊറിഞ്ഞു. എന്നിട്ട് അകത്തോട്ടു നോക്കി ഉച്ചത്തിൽ ചോദിച്ചു:

അലമേലു! ലഡു പണ്ണിയിരുക്കാ?

മദാം കുളത്തു എത്തിനോക്കി.

പണ്ണിയാച്ച്.

ഇവനുക്ക് പത്തുലഡു പൊതിഞ്ചു കൊടും.

അലർമേൽമങ്കൈ വാട്ടിയ വാഴയിലയിൽ ലഡു പൊതിഞ്ഞ്, പഴയ പത്രക്കടലാസുകൊണ്ട് അതിന് ഒരു ഹാർഡ് കവർ ഇട്ട് പായ്ക്ക് ചെയ്യു

ന്നതിനിടയിൽ എന്റെ കണ്ണുകൾ അറിയാതെ സ്വാമിയുടെ പലഹാര അലമാരയിലേക്ക് ആർത്തിയോടെ തിരിഞ്ഞു. എക്സ്പയറി ഡേറ്റ് കഴിഞ്ഞ ഏതാനും വടകളും സുഖിയന്മാരും പിന്നെ ഒരു ഈർക്കിൽപാർട്ടിയിലെ ഏകനായ എം എൽ എ യെപ്പോലെ ഒരു മൂലയിൽ മാറിയിരിക്കുന്ന ഒരൊറ്റ വത്സനും.

പന്ത്രണ്ടരച്ചക്രം! സ്വാമി അലറി.

കൊണ്ടുവന്ന സർക്കാർ അരരൂപാ സ്വാമിയെ ഏൽപ്പിച്ച് ബാക്കി ഒന്നരച്ചക്രം വാങ്ങി പോക്കറ്റിലിട്ട് പലഹാരപ്പൊതിയുമായി ഞാൻ നടന്നു.

പ്രലോഭനം ഇവിടെ ആരംഭിക്കുന്നു.

നെയ്യുടെ ഹൃദ്യമായ ഗന്ധം വാഴയിലയെയും കടലാസിനെയും അതിലംഘിച്ച് ഉയരുന്നു. എന്റെ ഹൃദയം തുടിച്ചു. വായിൽവെള്ളം പെരുകി. ഏറ്റവും ഇഷ്ടപ്പെട്ട മധുരപലഹാരം, കുങ്കുമം ചുമക്കുന്ന ഗർദഭത്തെപ്പോലെ ഞാൻ ചുമന്നുകൊണ്ടുപോകുകയാണ്. എന്റെ തലയിലെഴുത്ത്!

ഞാൻ കോട്ടയ്ക്കകത്തു കിഴക്കെ നടയിലുള്ള ശ്രീബുദ്ധന്റെ പ്രതിമയുടെ തണലിലിരുന്നു.

ഒരു പ്രലോഭനം നേരിടാനുള്ള ഫലപ്രദമായ മാർഗം ഒന്നേയുള്ളു അതിനു കീഴടങ്ങുക! പറഞ്ഞത് ഓസ്കർ വൈൽഡ് ആണെന്നു തോന്നുന്നു.

വിലക്കപ്പെട്ട കനി ഭക്ഷിക്കാൻതന്നെ തീരുമാനിച്ചു. പൊതി അഴിച്ച്, ജനാബ് പി എ കാസിം സാഹിബ്, സെയിൽസ് ടാക്സ് കമീഷണർ അവർകളുടെ വി ഐ പി ഉദരത്തെ ഉദ്ദേശിച്ചുള്ള ലഡു രണ്ടെണ്ണം ഞാൻ ആർത്തിയോടെ വിഴുങ്ങി.

ആദിപാപംചെയ്തുപോയ ആദാമിനെപ്പോലെ ഞാൻ അടിമുടി വിറച്ചു. ലഡുവിന്റെ എണ്ണം എട്ടായി കുറഞ്ഞിരിക്കുന്നു! അമ്മൂമ്മയോട് എന്ത് സമാധാനം പറയും? എന്റെ കണ്ണിൽ ഇരുട്ടു കയറി. തല കറങ്ങുന്നതുപോലെ തോന്നി. നാക്കും ചിറിയും വരണ്ടു.

നേരെ പടിഞ്ഞാറോട്ടു നോക്കിയപ്പോൾ കണ്ടത് കോട്ടയ്ക്കകത്ത് ശ്രീകൃഷ്ണസ്വാമിക്ഷേത്രമാണ്. രണ്ടു കൈകളും കൂപ്പി ഞാൻ ഹൃദയം തകർന്നു പ്രാർഥിച്ചു. ഭഗവാനേ! എനിക്ക് അടികൊള്ളല്ലേ!

ആഫ്റ്ററാൾ, ആ ശ്രീകോവിലിനകത്തിരിക്കുന്ന കൊച്ചുകള്ളനും ഒട്ടേറെ പ്രലോഭനങ്ങൾക്കു കീഴടങ്ങിയ ആളാണല്ലോ. ദ്വാപരയുഗത്തിൽ കുളത്തുഅയ്യൻസ്വാമിയും ലഡുവും ഇല്ല. ശരിതന്നെ. പക്ഷേ, പാലും വെണ്ണയും തൈരും വേണ്ടതിലേറെ കട്ടുതിന്നുകയും ശിക്ഷ അനുഭവിക്കുകയും ചെയ്ത സ്ഥിരം കുറ്റവാളിയാണ് അവിടുന്ന്. അദ്ദേഹം എന്റെ പ്രാർഥന അനുഭാവപൂർവം കേൾക്കും എന്ന വിശ്വാസത്തോടെ ഞാൻ നടന്നു വീട്ടിലെത്തി.

തിണ്ണയിൽ കയറിയ ഞാൻ സ്തംഭിച്ചുപോയി. ചാരുകസേരയിൽ കിടക്കുന്നത് ഉഗ്രമൂർത്തിയായ ഒരു വകയിൽ കൊച്ചപ്പൂപ്പനാണ്. ഹിറ്റ്ലർ

വേലുപ്പിള്ള. പെൻഷൻ ഇഞ്ചാർജ്. കരടകൻ. ഞാൻ ഭയംകൊണ്ടു വിറച്ചു. പൊന്നുണ്ണിക്കൃഷ്ണനെ മനസിൽ സ്മരിച്ചു.

കൊണ്ടുവാ, കൊണ്ടുവാ, അദ്യം വരാറായി. കൊച്ചപ്പൂപ്പൻ പൊതി തട്ടിപ്പറിച്ച് അഴിച്ച് ലഡുവിന്റെ എണ്ണം തിട്ടപ്പെടുത്തി.

തൂക്കുമരത്തിൽ കയറ്റിനിറുത്തിയ കൊലപ്പുള്ളിയെപ്പോലെ ഞാൻ ശിക്ഷയ്ക്കുവേണ്ടി കാത്തുനിന്നു. എന്റെ ഹൃദയമിടിപ്പ് എനിക്കുതന്നെ കേൾക്കാമായിരുന്നു. ഹിറ്റ്ലർ സംശയത്തോടെ എന്റെ വിളറിയ മുഖത്തേക്കു തുറിച്ചുനോക്കി.

പതിറ്റൊന്നു പത്ത്, പതിറ്റിക്കാൽ രണ്ടര. പന്ത്രണ്ടരച്ചക്രം. ബാക്കി ഒന്നരച്ചക്രം അല്യോടാ? അതെ. കണക്കു ശരി. പക്ഷേ, രണ്ടു ലഡു എവിടെപ്പോയി? ഹിറ്റ്ലർ ഈരങ്കി ആരംഭിച്ചു.

മറുപടി പറയാതെ ഞാൻ നിന്നു.

ഹിറ്റ്ലറുടെ രോമനിബദ്ധമായ പുരികങ്ങൾ വക്രിച്ചു. കൊമ്പൻമീശ വിറച്ചു. കുറ്റിത്തലമുടി എഴുന്നുനിന്നോ എന്നു സംശയം. ചുവന്ന വട്ടക്കണ്ണുകളുരുട്ടി രൂക്ഷമായി എന്നെ ഒരു നോട്ടം. കൈയിൽ കിട്ടിയ ഒരു കുറുവടിയുമായി അദ്ദേഹം ക്രുദ്ധനായി എന്നെ കടന്നുപിടിച്ചു.

കൊച്ചുകഴുവേറി! വഴിയിൽവെച്ച് ആരാനും കാൺകെ അലപ്പെടുത്തു രണ്ടു ലഡു കട്ടുതിന്നേച്ചു കേറിവന്നിരിക്കുന്നു, അല്യോടാ

അമ്മൂമ്മോ! നിസഹായനായ ഞാൻ ഉച്ചത്തിൽ നിലവിളിച്ചു.

കൊച്ചുവേലു! വിടവനെ, രണ്ടു ലഡു തിന്നെങ്കിൽ പോകട്ടെ. ആകപ്പാടെ ഉള്ള ഒരു നരന്തുചെറുക്കനാ. എഴുന്നേറ്റു നടക്കാൻ ശക്തിയില്ലാത്ത അതിനെ തല്ലണ്ടാ. വാത്സല്യനിധിയായ അമ്മൂമ്മ എന്റെ രക്ഷയ്ക്കെത്തി.

ഹിറ്റ്ലർ മനസില്ലാമനസോടെ എന്റെ കൈവിട്ടു. ഇര നഷ്ടപ്പെട്ട ഒരു വന്യമൃഗത്തെപ്പോലെ നിരാശയോടും ക്രോധത്തോടും എന്നെ തുറിച്ചുനോക്കി. ഞാൻ പൊട്ടിക്കരഞ്ഞുകൊണ്ട് അമ്മൂമ്മയെ കെട്ടിപ്പിടിച്ചു.

കരയാതെ കരയാതെ. മക്കള് കാപ്പി കുടിച്ചിട്ടു പോയി കളിച്ചോ. ഞാൻ ആശ്വാസത്തോടെ പറമ്പിലേക്ക് ഇറങ്ങി ഓടി.

വിശിഷ്ടാതിഥി യഥാസമയം എത്തി. മേശപ്പുറത്ത് പതിവിൻപടി വിഭവങ്ങൾ നിരന്നു. പരിപ്പുവട, ഉണ്ണിയപ്പം, അരിയുണ്ട, വെണ്ണപോലെ വേകുന്ന ഏത്തയ്ക്കാച്ചീനി പുഴുങ്ങി മുളകും ഉഴുന്നുപരിപ്പും കറിവേപ്പിലയും എല്ലാം ചേർത്ത് കടുകുവറുത്തത്, കാന്താരിമുളകു ചതച്ചരച്ച ചമ്മന്തി. വിശിഷ്ടഭോജ്യമായ കുളത്തു അയ്യൻ ബ്രാൻഡ് ലഡു.

ഒന്നാതരം മരിച്ചീനി! ഇത്ര സ്വാദുള്ള മരിച്ചീനി ഇതുവരെ തിന്നിട്ടില്ല. അമ്മേ! കാസിം സാഹിബ് ഉത്സാഹത്തോടെ ചീനി പുഴുങ്ങിയത് അകത്താക്കി. ലഡു എന്ന ആഢ്യനെ അദ്ദേഹം തിരിഞ്ഞുനോക്കിയതു പോലുമില്ല.

ഒളിച്ചുനിന്ന് സ്വീകരണരംഗം നിരീക്ഷിച്ചുകൊണ്ടു നിന്ന എന്റെ ഹൃദയത്തിൽ ഒരു പ്രതീക്ഷ മൊട്ടിട്ടു. കാസിം സാഹിബ് ലഡു തിന്നിട്ടില്ല. അമ്മൂമ്മ ലഡു തിന്നുകയുമില്ല. അതിന്റെ മുഴുവൻ ഏക അവകാശി

ഞാനാണെന്നു ചുരുക്കം! ചാടിവീണ് ലഡ്ഡുപാത്രം കരസ്ഥമാക്കി ഓടണമെന്ന് എനിക്കു തോന്നി.

വിശിഷ്ടാതിഥി യാത്രപറഞ്ഞു പോയി.

കഥ ശോകസങ്കുലമായി മാറുന്നു.

ഒറ്റയക്ഷരം പറയാതെ ഒരു മൂലയ്ക്ക് ഒതുങ്ങിനിന്ന ഹിറ്റ്ലർ ചാടിവീണ് പാത്രത്തിൽനിന്നും ലഡ്ഡു എട്ടെണ്ണവും വാരിയെടുത്ത് സ്തബ്ധനായി നിന്ന എന്റെ കൺമുന്നിൽവച്ച് വന്യമായ ആവേശത്തോടെ ഭക്ഷിച്ചു. നാഴൂരിക്കിണ്ടിക്ക് ഒരു കിണ്ടി കാപ്പിയും കുടിച്ച് ദീർഘിച്ച രണ്ട് ഏമ്പക്കങ്ങളും വിട്ട് കശ്മലൻ ഒന്നും സംഭവിക്കാത്തതുപോലെ കൈമുണ്ടിൽ തുടച്ചു.

എന്നാൽ ഇച്ചേച്ചി! ഞാനൊന്നിറങ്ങുന്നു. എന്റെ കൈയിൽ നിന്നും പിടിച്ചുപറിച്ച ഒന്നരച്ചക്രം മടിയിൽ ഭദ്രമായി തിരുകി വൃകോദരൻ ഭാര്യാവീട്ടിലേക്കു യാത്രയായി.

എനിക്ക് പൊട്ടിക്കരയാൻ തോന്നി.

9

പെരിയ പാട്ടായും പെണ്ണുക്കരയും

“**എ**ന്തോന്നു ഹേ പത്രം മുൻപിൽ തുറന്നുവച്ചുകൊണ്ടിരുന്ന് ഉറക്കം തൂങ്ങുന്നത്? ആപ്പീസ് സമയത്ത് ഉറക്കം നിഷിദ്ധമാണെന്നറിഞ്ഞുകൂടേ?”

“ഉറങ്ങുകയല്ല കുഞ്ഞുണ്ണിപ്പിള്ളച്ചേട്ടാ. കണ്ണടച്ചു വെറുതെ അങ്ങ് ഇരുന്നുപോയതാ. പണ്ട് അപ്പൻതമ്പുരാൻ പറഞ്ഞതുപോലെ, കാലം കീഴ്മേൽ മറിഞ്ഞതോർത്ത്.”

“അതിനു തനിക്കെന്താ?”

“നല്ല ചോദ്യം! ഈ പത്രം നോക്കിയാട്ടെ. ഇന്നത്തെ വീരകാഹളം. മൂന്നാം പേജിലെ ഒരു റിപ്പോർട്ട്: “കുടിവെള്ളത്തിനു കേഴുന്ന കണ്ടാംകടവു പഞ്ചായത്ത്.” പ്രത്യേക ലേഖകൻ, കനകൻ കണ്ടാംകടവ്.”

“കേഴട്ടെ. അതിന് താനെന്തിനാ കേഴുന്നത്?”

“അഞ്ചാം പേജ് നോക്കിയാട്ടെ. “വെള്ളപ്പൊക്കക്കെടുതിയിൽ വീർപ്പു മുട്ടുന്ന വീരണകാവു പഞ്ചായത്ത്.” പ്രത്യേക ലേഖകൻ, വത്സൻ വീരണകാവ്.”

മുട്ടട്ടേ കൂവേ, വീർപ്പുമുട്ടട്ടെ. വരൾച്ചയും വെള്ളപ്പൊക്കവും ഒരേ സമയത്ത്. ഇടവപ്പാതികഴിഞ്ഞ് മിഥുനപ്പാതി ആകാറായിട്ടും കാലവർഷം പെയ്യുന്നില്ല. അതൊക്കെ അങ്ങനെ കിടക്കും. അതിനു താൻ ദുഃഖിക്കുന്നതെന്തിനാ?

ചേട്ടൻ കഠിന ഹൃദയനാണ്. നമ്മുടെ മലയാറ്റൂർ സ്വാമി പറഞ്ഞ ഒരു കഥ ഓർത്തുപോകുന്നു. അദ്ദേഹത്തിന്റെ പെരിയ പാട്ടായെക്കുറിച്ച്.

“മലയാറ്റൂർ സ്വാമി അല്ലെടോ. തോട്ടവാസ്വാമി. അദ്ദേഹം ഞങ്ങടെ തോട്ടുവാക്കാരനാണ്. മലയാറ്റൂർ രാമകൃഷ്ണനെ മാറാപ്പേര് എങ്ങനോ വീണുപോയെന്നേയുള്ളു. ഉടുപ്പി ബ്രഹ്മണാൾ ഹോട്ടലിൽ ഉടുപ്പിയുമില്ല ബ്രാഹ്മണനുമില്ല. കഴഞ്ചിനു മൂന്നുരൂപാവച്ച് അവന്മാർ വിൽക്കുന്ന

ബോംബെഹൽവാ എന്ന കാളകൂടവിഷത്തിനു ബോംബെയുമായി പുല ബന്ധംപോലുമില്ല. അതുപോലെ മലയാറ്റൂർ സ്വാമിക്ക് മലയാറ്റൂരുമായി ഒരടുപ്പവും ഇല്ലെന്നുവച്ചോ. അതുപോകട്ടെ, എന്തോന്നാ കഥ?"

"സ്വാമിയുടെ ഒരു പെരിയ പാട്ടായെ മൈനർകൾ പത്രം വായിച്ചു കേൾപ്പിക്കുമായിരുന്നത്രേ."

"പാട്ടാ! അരുണാചലപ്രദേശത്തു വള്ളം മുങ്ങി പെണ്ണുങ്ങളും പിള്ളാരും ഉൾപ്പെടെ നൂറ്റിപ്പതിനേഴുപേർ മരിച്ചെന്ന്."

"അപ്പടിയാ? ശാകട്ടും."

"പാട്ടാ! പല്ലുതേക്കുന്നത് ആർഷസംസ്കാരത്തിനെതിരാണെന്നും ഋഷിമാർ പല്ലുതേച്ചിരുന്നില്ലെന്നും അതുകൊണ്ട് പല്ലുതേക്കണമെന്ന് ആർക്കെങ്കിലും നിർബന്ധമുണ്ടെങ്കിൽ വല്ല വേപ്പിന്റെയോ മാവിന്റെയോ ചുള്ളിക്കമ്പുകൊണ്ട് തേയ്ക്കട്ടെയെന്നും, കടുത്ത ആഡംബരവസ്തു വായ ടൂത്ത് പേസ്റ്റിന് ഇനിയും നികുതി കൂടുമെന്നും പ്രധാനമന്ത്രി ചരൺ സിങ് പ്രസ്താവിച്ചിരിക്കുന്നു."

"അപ്പടിയാ? പേശട്ടും!"

"പാട്ടാ! പത്തുനാൽപ്പത്തിരണ്ടു കൊല്ലംമുമ്പ് വിഷം തിന്ന് ചത്തെന്നു നമ്മളൊക്കെ വിചാരിച്ചിരുന്ന സാക്ഷാൽ ഹിറ്റ്ലർ, ഒരു കാപ്പിരിയുടെ വേഷംകെട്ടി ആഫ്രിക്കയിൽ എവിടെയോ ഒളിച്ചുതാമസിക്കുന്നെന്ന്."

"അപ്പടിയാ? ഇരുക്കട്ടും!"

ഇങ്ങനെപോകുന്നു പെരിയപാട്ടായുടെ പ്രതികരണങ്ങൾ.

"തന്റെ കഥ കൊള്ളാം. ഞാൻ പെരിയ പാട്ടായെപ്പോലെ തന്നാണെന്നുവച്ചോ. അതുപോകട്ടെ. ആരുടെ റിപ്പോർട്ടാ താനിപ്പോൾ വായിച്ചുകൊണ്ടിരിക്കുന്നത്?"

"വത്സൻ വീരണകാവ്. പ്ര. ലേ."

"വത്സനും കൊഴുക്കട്ടയും! കടുപ്പംതന്നെ ഇവന്മാരുടെ പേരുകൾ! കേട്ടാൽ തോന്നും മനുഷ്യജീവിയായിട്ട് വീരണകാവിൽ ഇവനൊരുത്തൻ മാത്രമേ ഉള്ളെന്ന്!"

"അവിടേമുണ്ട് ചേട്ടാ ഒരു കഥ. ഡാർവിൻസായിപ്പിന്റെ പരിണാമ സിദ്ധാന്തംപോലെ. മൂട്ടയായും പുഴുവായും എന്നു മഹാകവി പറഞ്ഞതുപോലെ ഒരുദാഹരണം പറയാം. പത്താംക്ലാസ്, തോറ്റ്, കണ്ട പെൺപിള്ളാരെയൊക്കെ ചറപറാ കേറി പ്രണയിച്ച്, അവരുടെ തന്തമാരുടെയും ആങ്ങളമാരുടെയും തല്ലും വാങ്ങിച്ച് തെക്കുവടക്കു നടക്കുന്ന തൊഴിലില്ലായ്മാവേതനക്കാരന് പെട്ടെന്ന് കവിതയുടെ സുഖക്കേടു പിടിപെടുന്നു. മഹാപാപി തന്റെ ആവിഷ്കാരസ്വാതന്ത്ര്യം കടലാസിൽ പകർത്തി, രാമ ബാണംപോലെ ചറപറാ കവിതകൾകൊണ്ട് പത്രമാപ്പീസുകളെ ആക്രമിക്കുന്നു. ആദ്യം കൊടുക്കുന്നത് മുഴുവൻ പേരുമാണ്. പി പി വേലുക്കുട്ടിനായർ, പെണ്ണുക്കര. ഗ്രഹപ്പിഴയ്ക്ക് ഏതെങ്കിലും പത്രാധിപർ ഇവയിൽ ഒരു സൃഷ്ടിയെ വെളിച്ചംകാണിക്കുന്നു എന്നുവയ്ക്കുക. പിറ്റേദിവസം മുതൽ ഇവൻ വെറും പെണ്ണുക്കര വേലുക്കുട്ടിനായരായി മാറുന്നു. അടു

ത്തപടിയായി വാൽമാക്രി തന്റെ വാൽ ഉപേക്ഷിക്കുന്നതുപോലെ ജാതിപ്പേരുകളഞ്ഞ് പെണ്ണുക്കര വേലിക്കുട്ടിയായി പ്രത്യക്ഷപ്പെടുന്നു. ഏറ്റവും ഒടുവിൽ പൂർണവളർച്ചയെത്തിയ മണ്ഡൂകത്തെപ്പോലെ, വെറും പെണ്ണുക്കരയായി അവതരിക്കുന്നു."

"യുവകവി പെണ്ണുക്കര. അല്ല്യോ?"

"സംഗതി അവിടെയും തീരുന്നില്ല. കവിതയെഴുന്നതിനേക്കാൾ ലാഭമുള്ള ബിസിനസാണ് ചലച്ചിത്രഗാനരചന. പെണ്ണുക്കര കോടംപക്കത്തേക്കു കള്ളവണ്ടികേറുന്നു. അദ്ദേഹത്തിന്റെ നാട്ടിൽ നിന്നുമുള്ള തിരോധാനം തികച്ചും സ്വാഭാവികമാകയാൽ ചുമ്മാ രാഷ്ട്രീയക്കാർപോലും ക്രൈം ഡിറ്റാച്ചുമെന്റും അറ്റാച്ചുമെന്റും ഒക്കെ അന്വേഷിക്കണമെന്നും സി ബി ഐ ഇടപെടണമെന്നും ഒന്നും പറഞ്ഞു ബഹളംകൂട്ടുന്നില്ല."

"കഥ കൊള്ളാം. കേൾക്കട്ടെ."

"അങ്ങനെയിരിക്കുമ്പോൾ ഒരുദിവസം അത്താഴമൂണും കഴിഞ്ഞു നാലുംകൂട്ടി മുറുക്കിക്കൊണ്ടിരിക്കുന്ന കുഞ്ഞുണ്ണിപ്പിള്ളച്ചേട്ടൻ ഗ്രഹപ്പിഴയ്ക്കു റേഡിയോ ഓൺചെയ്യുന്നു. കേൾക്കുന്നത് രഞ്ജിനിയിലെ കുസുമമഞ്ജരിയുടെ അനൗൺസ്മെന്റാണ്. "അടുത്തതു കോടാലി ഗോമതി എന്ന ചിത്രത്തിലെ ഗാനം. പെണ്ണുക്കര രചിച്ച്, ഇത്തിക്കര ഈണംപകർന്ന്, ഓലിക്കര ആലപിച്ചത്." ആരെടാ ഈ കഥാപാത്രം എന്നു കുഞ്ഞുണ്ണപ്പിള്ളച്ചേട്ടൻ അമ്പരക്കുന്നു. വേറെ ആരുമല്ല. നമ്മുടെ പഴയ പെണ്ണുക്കര പി പി വേലുക്കുട്ടിനായർതന്നെ. വാനരൻ മൂത്ത് വാൽ പോയി നരനായി എന്ന് നമ്മുടെ എൻ ഗോപാലപിള്ളസാർ പണ്ടു പറഞ്ഞതുപോലെ, തലയും വാലുംപോയി ആശാൻവെറും പെണ്ണുക്കര ആകുന്നു."

"കടുപ്പംതന്നെടാ കൂവേ. ങ. താൻ പറഞ്ഞപ്പഴാ ഓർത്തത്, ഈയിടെ ഒരുത്തൻ നമ്മുടെ കോഴിക്കോടിനെ കോസിക്കോടേ എന്നു ദൂരദർശനിൽ വിളിക്കുന്നതു കേട്ടു."

"ഞാനും കേട്ടു ചേട്ടാ, ഒരു കഷണ്ടിയാൻ ഗോസായി നമ്മുടെ പുന്നാര കോഴിക്കോടിനെ കോസിക്കോടേ ആക്കിയത്. പക്ഷേ, അയാളെ കുറ്റംപറഞ്ഞിട്ടു കാര്യമില്ല. ഒറ്റ പാരായണത്തിനിടയിൽ അന്തരിച്ചുപോയ സ്വീഡിഷ് പ്രധാനമന്ത്രിയുടെ പേരു പാൽമെ, പാൽമ, പാൽമ് എന്നു മൂന്നുവിധത്തിൽ ഉച്ചരിച്ചു ചരിത്രം സൃഷ്ടിച്ച വീരനാണ് ഈ ക്രൂരദർശൻകാരൻ."

"അതൊക്കെ സഹിക്കാം. സഹിക്കാൻ വയ്യാത്തത് നമ്മുടെ പ്രിയപ്പെട്ട കേരളത്തെ കേരൾ എന്നു വിളിക്കുന്നതാ. എത്ര പരാതിപറഞ്ഞാലും വിശേഷമില്ല."

"പ്രതികരിച്ചാലും വിശേഷമില്ലെന്നു പറ!"

10

മത്സ്യപുരാണം

എങ്കിലോ പണ്ടു ഭൂമിമലയാളം ഭരിക്കാൻ ആളില്ലാഞ്ഞ് പയ്യന്നൂർ, പെരിഞ്ചെല്ലൂർ, പരപ്പൂർ, ചെങ്ങന്നൂർ എന്നീ ബ്രാഹ്മണ ഗ്രാമങ്ങളിലെ കഴകങ്ങൾ പ്രശ്നം പത്രഭാഷയിൽ ഒറ്റതിരിഞ്ഞും കൂട്ടായും ചർച്ചചെയ്യാൻ തിരുനാവായിൽ സമ്മേളിച്ചുവത്രേ. ദിവസങ്ങളോളം നീണ്ടുനിന്ന സുദീർഘമായ ചർച്ചകൾക്കും സദ്യകൾക്കും നേരമ്പോക്കുകൾക്കും ശേഷം ഏകോപനസമിതി ഏകകണ്ഠമായ ഒരു തീരുമാനത്തിലെത്തി. അതനുസരിച്ചു പരദേശത്തുനിന്നും ആദ്യത്തെ പെരുമാളായ കേയപ്പെരുമാളിനെ കൂട്ടിക്കൊണ്ടുവന്നു വാഴിച്ചുപോൽ. ചത്തും കൊന്നും അടക്കിക്കൊള്ളാൻ ടിയാന് മാൻഡേറ്റും നൽകി എന്ന് കേരളോൽപ്പത്തി. ഒരു മാമാങ്കം മുതൽ അടുത്ത മാമാങ്കംവരെ ഒരു വ്യാഴവട്ടക്കാലം, എന്നുവച്ചാൽ പന്ത്രണ്ടു വർഷമാണ് ഒരു പെരുമാളിന്റെ ഭരണകാലാവധി. ഇങ്ങനെ ഇരുപത്തഞ്ചു പെരുമാക്കന്മാർ കേരളം ഭരിച്ചുവത്രെ. (പതിനെട്ടെന്നും മുപ്പത്താറെന്നും പാഠഭേദം)

ഏതാണ്ട് ഈ സമ്പ്രദായത്തിൽ പരശുരാമക്ഷേത്രം അടക്കി ഭരിക്കാനായി ചൂരും ചുണയുമുള്ള മലയാളത്തുകാർ ആരുമില്ലാഞ്ഞ് അങ്ങു ദൂരെ കലിംഗരാജ്യത്തുനിന്നും ഒരു ചിലമ്പിനേത്തു ചന്ത്രക്കാരനെ കൽപ്പിച്ചു ദത്തെടുത്തു. ഗോദാവരിക്കും മഹാനദിക്കും മധ്യേ ആയിരുന്നുവത്രെ പഴയ കലിംഗരാജ്യം. ഇപ്പോഴത്തെ ഒറീസാ സംസ്ഥാനത്തിന്റെ കാരണവർ. 'ദ്രാവിഡ ഉത്ക്കല വംഗാ'യിലെ ഉത്ക്കലത്തിന് ഇമ്മിണി തെക്ക്.

വേവൽ സായിപ്പിന്റെ കാലത്ത് സമ്പ്രതി ആയോ പെറ്റി ആപ്പീസറായോ ക്ലാസിപ്പേരായോ മറ്റോ സർവീസിൽ കടന്നുകൂടിയ ഒരു നീചഭംഗരാജയോഗക്കാരൻ ആയിരുന്നുപോൽ നമ്മുടെ കലിംഗപ്പെരുമാൾ.

സ്വന്തം നാട്ടിൽ തന്റെ നില പരുങ്ങലിൽ ആയിരിക്കുമ്പോഴാണത്രെ കേരളത്തിലെ കഴകരുടെ അപേക്ഷ അദ്ദേഹത്തിനു കിട്ടിയത്. രോഗി ഇച്ഛിച്ചതും സ്കോച്ച്, വൈദ്യൻ കൽപ്പിച്ചതും സ്കോച്ച് എന്നർഥം. ഒരു ഉഗ്രൻ വിൻഡ്ഫാൾ. കലിംഗൻതന്നെ അമ്പരന്നുമിണ്ടാൻ വയ്യാതെ ഇരുന്നുപോയത്രെ.

പിന്നെ മടിച്ചില്ല. പെരുമാൾ ആകാശമാർഗേണ തന്നെ ഭാർഗവഭൂമിയിലെത്തി ഉടവാൾ ഏറ്റുവാങ്ങി. ഗോഗ്വാ വിളിച്ചു. അഷ്ടകലാശം ചവുട്ടി. ചത്തും കൊന്നും അടക്കിബ്ഭരണം തുടങ്ങി.

വീരകലിംഗകട്ടബൊമ്മൻ ആദ്യമായി ചെയ്തത് കളിയിക്കാവിള മുതൽ കാസർകോടുവരെ നീണ്ടുകിടക്കുന്ന തന്റെ രാജ്യത്തു തലങ്ങും വിലങ്ങും ഒരു പര്യടനം നടത്തുകയായിരുന്നു. പശുക്കൾക്കും ബ്രാഹ്മണർക്കും സുഖമാണോ, ചോലമരങ്ങളും കുളങ്ങളും കിണറുകളും ചുമടുതാങ്ങികളും വേണ്ടവണ്ണം സംരക്ഷിക്കുന്നുണ്ടോ, മാസപ്പടിമാരും പിള്ളമാരും മുതൽ കാര്യക്കാരന്മാരും സർവാധികാര്യക്കാരന്മാരും വരെയുള്ള ഉദ്യോഗസ്ഥപ്പരിഷകൾ നേരും ചൊവ്വും അനുസരിച്ച് പ്രജകളെ ഭരിക്കുന്നുണ്ടോ, പ്രജകൾ എന്ന ദരിദ്രവാസികൾ മര്യാദയ്ക്കു ഭരുന്നുണ്ടോ എന്നൊക്കെ നേരിൽ കണ്ടു ബോധ്യപ്പെടുകയായിരുന്നു മഹാപ്രസ്ഥാനത്തിന്റെ ഉദ്ദേശ്യം. ഓരോ അംശം ദേശത്തിലും കൊന്നത്തെങ്ങെത്ര, കാഫലം തെങ്ങെത്ര, കഴിത്തെങ്ങെത്ര, കണക്കോലത്തെങ്ങെത്ര, ആടുകളെത്ര, മാടുകളെത്ര, കലുങ്കുകളുടെ കീഴിൽക്കൂടി എത്ര വെള്ളം ഒഴുകി എന്നെല്ലാം ചോദിച്ച് സകലമാനതുറകളിലേയും ജീവനക്കാരെ ദശകണ്ഠൻ വിറപ്പിച്ചു. പണ്ടൊരു മന്ത്രി പറഞ്ഞതുപോലെ, പല ഉഗ്രപ്രതാപവാന്മാരെയും വരുത്തിയും വരുത്താതെയും മൂത്രമൊഴിപ്പിച്ചു. പെരുമാളിന്റെ പേരു കേട്ടാൽത്തന്നെ കൊലകൊമ്പന്മാർ ഉദ്യോഗസ്ഥപ്രമുഖന്മാർവരെ വിറയ്ക്കുമെന്നായി; ടിയാന്മാരുടെ തുടികൾ പാണ്ടിയും പഞ്ചാരിയും കൊട്ടുമെന്നായി.

ഇവിടെ അൽപ്പം ശാഖാചംക്രമണം വേണ്ടിയിരിക്കുന്നു. കലിംഗൻ ഭോജനപ്രിയനായിരുന്നു. വിശേഷിച്ചും 'സാമിഷ് ഭോജൻ' എന്നു ഗോസായി വിളിക്കുന്ന മുട്ടമത്സ്യമാംസാദികൾ ടിയാന് വിശേഷിച്ചും പഥ്യമായിരുന്നുവത്രെ.

"കേശവ! ധൃതമീനശരീര!
ജയജഗദീശ ഹരേ!"

എന്നുപാടിയ വംഗദേശക്കാരനായ ശ്രീ ജയദേവകവിയുടെ അടുത്ത നാട്ടുകാരനായിരുന്നതുകൊണ്ടാവണം മത്സ്യവർഗത്തോട് ആശാനു പ്രത്യേകിച്ചും ഒരു ദൗർബല്യവും ഉണ്ടായിരുന്നുപോൽ–അതിൽത്തന്നെ കരിമീൻ എന്നു ജഗൽപ്രസിദ്ധനായ ആഢ്യനോട്.

പെരുംചോറ്റുദയനെ സൽക്കരിക്കാൻ മൂസാവരി ബംഗ്ലാവുകളുടെ ചുമതലയുള്ള പൊതുമരാമത്തുവകുപ്പിലെ ഉദ്യോഗസ്ഥന്മാർ പരസ്പരം

മത്സരിച്ചു. ജെ ഇആദ്യം മുതൽ സി ഇആദ്യം വരെ. ഊപ്പ നെത്തോലി പ്രഭൃതികൾമുതൽ തിമിംഗലംവരെയുള്ള സകലമാനം മീൻവർഗങ്ങളെയും യഥേഷ്ടം ഭുജിച്ച് കലിംഗൻ നിരന്തരമായി ഏമ്പക്കംവിട്ടു. വറുത്തതും പൊരിച്ചതും വേവിച്ചതും വേവിക്കാത്തതും വാളൻപുളി ചേർത്തതും ചേർക്കാത്തതും കട്ലറ്റും മോളിയും പപ്പാസും മമ്മാസും ഇങ്ങനെ പലതരത്തിൽ മത്സ്യവിശേഷങ്ങളെ കാഴ്ചവച്ച് ചെങ്കുട്ടുവന്റെ പ്രീതി സമ്പാദിക്കാൻ കീഴ്ജീവനക്കാർ തിരക്കുകൂട്ടി.

ഇങ്ങനെ ഭരണവും ഭോജനവും ഒന്നിച്ചു നടന്നുവരവേ, ഒരു ദിവസം കയറിനും കൊതുകിനും മന്തിനും ആഫ്രിക്കൻപായലിനും പ്രസിദ്ധമായ നഗരത്തിലെ മൂസാവരി ബംഗ്ലാവിൽ പെരുമാൾ അമൃതേത്തിനും പള്ളിക്കുറുപ്പിനുമായി എത്തി. കുശിനിക്കാരൻ കുഞ്ചെറിയ എന്ന ചരിത്രപുരുഷൻ ചില്ലറക്കാരനൊന്നുമായിരുന്നില്ല. 'ഭോജനകരൂഹലം' മുതൽ 'പാചകമനോരമ' വരെയുള്ള സകലമാന ഗ്രന്ഥങ്ങളും അരച്ചുകലക്കി കുടിച്ചിട്ടുണ്ടായിരുന്നുവെന്നു മാത്രമല്ല, ഓരോ പ്രയോഗവും നേരിട്ടു പരീക്ഷിച്ചു നേടിയ അസാമാന്യമായ പ്രായോഗികപാടവവും ടിയാൻ വശമാക്കിയിരുന്നുവത്രേ. കുഞ്ചെറിയായുടെ കരിമീൻ വറുത്തതു സ്മരിച്ച് വായിൽ വെള്ളം ഊറാത്തതായി, മത്സ്യം എന്നു കേട്ടാൽ ഛർദിക്കുന്ന തെങ്കലയും വടകലയും ബ്രാഹ്മണാൾ ഉദ്യോഗസ്ഥന്മാർ ഉൾപ്പെടെ ആരും ഉണ്ടായിരുന്നില്ല എന്നാണു ചരിത്രം.

കറിവച്ചതും നിർത്തിപ്പൊരിച്ചതും ഇരുത്തിപ്പൊരിച്ചതും കിടത്തിപ്പൊരിച്ചതുമൊക്കെയായി വേണ്ടതിലേറെ കരിമീൻ ഭുജിച്ച്, മേജറും മൈനറും പെറ്റിയുമായി ഒട്ടേറെ ഏമ്പക്കങ്ങൾ വിട്ട് മൂസാവരി ബംഗ്ലാവിലെ ഈട്ടിക്കട്ടിലിൽ കടൽക്കാറ്റുമേറ്റ് ചേരമാൻ പെരുമാൾ സുഖമായി കിടന്നുറങ്ങി. ഉറക്കമെഴുന്നേറ്റ് മുഖം കഴുകി ചായ കുടിച്ചു തലസ്ഥാനത്തേക്കു തിരിച്ചെഴുന്നള്ളുന്നതിനു മുൻപ് മഹാകണിശക്കാരനായ ദശകണ്ഠൻ ഊണിന്റെ ബിൽ ആവശ്യപ്പെട്ടു.

ഉത്തരവ്, ബിൽ ചോദിക്കുന്നതു സങ്കടമാണ്! നളൻ കുഞ്ചെറിയ വായ്ക്കെടെ കൈയുംപൊത്തി ഭയഭക്തിപൂർവം ബോധിപ്പിച്ചു.

നതിങ് ഡൂയിങ്! മൂക്കുമുട്ടെ തിന്നിട്ട് കാശുതരാതെ പോകുകയോ? സാധ്യമല്ല. ബില്ലുടൻ കൊണ്ടുവാ! പെരുമാൾ ഗർജിച്ചു.

പൊന്നുടയതേ, കീഴ്ക്കടെ ഇങ്ങനെയൊരു പതിവുണ്ടായിട്ടില്ല. ബില്ലു ചോദിക്കുന്നതു കുഞ്ചെറിയായ്ക്ക് സങ്കടമാണ്. ഷേഫ്ദ് ക്വീസിൽ വണക്കത്തോടെ മറുപടി പറഞ്ഞു. കരയാനുള്ള പ്രാരംഭമായി മൂക്കുചീറ്റുകയും ഗദ്ഗദം അഭിനയിക്കുകയും ചെയ്തു.

ലജ്ജാവഹം! പൊതുമുതൽ ധൂർത്തടിക്കുകയോ? അധികാരം ദുർവിനിയോഗം ചെയ്യുകയോ? ചിന്തിക്കാൻപോലും വയ്യ. ഉടൻ ബില്ല് ഹാജരാക്ക്! കലിംഗൻ ഗർജിച്ചു.

പിന്നെ തർക്കം പറഞ്ഞില്ല കുഞ്ചെറിയ എന്ന കവി. എന്തെന്നാൽ കുഞ്ചെറിയ സകല കുട്ടനാട്ടുകാരെയുംപോലെ ബുദ്ധിമാനായിരുന്നു. മുള്ളിനും ഇലയ്ക്കും കേടുവരാത്ത തരത്തിൽ വിദ്വാൻ ഒരു പ്രയോഗം നടത്തി. കലിംഗൻ ഭക്ഷിച്ച ആറു സൂപ്പർ കരിമീനുകൾക്ക് ഒന്നിനു കേവലം നാമമാത്രമായ നാലണപ്രകാരം ഒന്നരരൂപയുടെ ഒരു ബിൽ സമക്ഷത്തിൽ ഹാജരാക്കി, തൊഴുത് മൂന്നടി പിറകോട്ടു മാറി വണങ്ങി നിന്നു.

പെരുമാളിന്റെ വാ പിളർന്നു. നാസാരന്ധ്രങ്ങൾ വികസിച്ചു. കണ്ണുകൾ വിടർന്നു. ആറു തടിയൻ കരിമീനുകൾക്ക് വെറും ഒന്നരരൂപ! എന്നു വച്ചാൽ ഒരു മത്സ്യരാജാവിനു കേവലം അണ നാല്! കെരാലാ ഇസ്റ്റേറ്റിനെക്കുറിച്ചു പലരും പലതും ധരിച്ചിരുന്നു. ഇങ്ങോട്ടു പോരുന്നതിനു മുമ്പു തന്നെ. പക്ഷേ, ഇതു സകല പ്രതീക്ഷകളെയും കടത്തിവെട്ടിയിരിക്കുന്നു.

ബില്ലിൻപടിയുള്ള ഒന്നരരൂപായും കുഞ്ചെറിയായ്ക്ക് രണ്ടണ വിഷുക്കൈനീട്ടവും കൊടുത്തിട്ട് കലിംഗൻ യാത്രയായി.

ഹജൂർകച്ചേരിയിലെ തന്റെ വിശാലമായ മുറിയിലിരുന്ന് പിറ്റേദിവസം പെരുമാൾ തന്റെ യാത്രാവിശേഷങ്ങൾ വർണിക്കുകയായിരുന്നു. സഞ്ചായം വകുപ്പിന്റെ മേലധ്യക്ഷൻ വരാഹമയ്യങ്കാർസ്വാമി ശ്രോതാവ്.

“ദീസ് കെരാലാ ഇസ് എ വണ്ടർഫുൾ പ്ലേസ്, അയ്യങ്കാർ!” കലിംഗൻ അത്ഭുതാനന്ദങ്ങളോടെ മൊഴിഞ്ഞു.

“യേസ് സാർ, യേസ് സാർ. ഇറ്റീസ് വണ്ടർഭുൾ.” അനുസരണമുള്ളവനും അച്ചടക്കമുള്ളവനുമായ അയ്യങ്കാർ എറാൻമൂളി.

“ഇന്നലെ ഞാൻ ഒരു മൂസാവരി ബംഗ്ലാവിൽ പോയി കുശാലായി ശാപ്പിട്ടു. കരിമീൻ ഒന്നാന്തരം. ഇത്രയും ഉഗ്രൻ കരിമീൻ എന്റെ ജീവിതത്തിൽ തിന്നിട്ടില്ല.....” കലിംഗൻ യാത്രാവിവരണം ആരംഭിച്ചു.

കരിമീൻ എന്ന വാക്കുകേട്ടതു പാതി കേൾക്കാത്തതു പാതി, അയ്യങ്കാർസ്വാമി അറിയാതെ മൂക്കുപൊത്തി.

കലിംഗൻ ഉഗ്രമായി പൊട്ടിച്ചിരിച്ചു.

“എന്തോന്ന് ഹേ, മത്സ്യം എന്നു കേട്ടപ്പോൾ താൻ മൂക്കുപൊത്തിയത്? ആഫ്ടറാൾ, താൻ പുരാണം അറിയാവുന്നവനാണല്ലോ.”

മഹാവിഷ്ണുവിന്റെ ഒന്നാമത്തെ അവതാരമായിരുന്നു മത്സ്യം. താൻ, അതായത് വരാഹം മൂന്നാമത്തേതും. അത്രയ്ക്കേ ഭേദമുള്ളു. തന്റെ നർമബോധമോർത്ത് കലിംഗൻ വീണ്ടും പൊട്ടിച്ചിരിച്ചു.

അനുസരണയുള്ളവനായ സ്വാമി കുറേക്കൂടി ഉച്ചത്തിൽ ചിരിച്ചു. തന്റെ പ്രൊമോഷനോമറ്റോ തടഞ്ഞാലോ?

ചിരി കഴിഞ്ഞ കലിംഗൻ പറഞ്ഞു:

“ജോക്കിങ് എപ്പാർട്ട്, മിസ്റ്റർ അയ്യങ്കാർ!” കലിംഗരാജ്യത്തും വംഗ രാജ്യത്തും ഒന്നും ഇത്രയും ചീപ്പായി മത്സ്യം കിട്ടുകയില്ല. വിശേഷിച്ചും കരിമീൻ. എ ഭിഗ് പിസ് ഭോർ പോർ അണാസ്.

കലിംഗന്റെ അതിവിശിഷ്ടമായ ഇംഗ്ലീഷ് ഉച്ചാരണം പിടികിട്ടാഞ്ഞ് വിശിഷ്ടാദ്വൈതക്കാരൻ വാപൊളിച്ചു.

ഐ മീൻ പിസ്! ഭിഗ് പിസ് ഭോർ പോർ അണാസ്! കലിംഗൻ ആവേശത്തോടെ ആവർത്തിച്ചു.

11

കല്യാണം മംഗളം ഭവതു

രാജ്യ ശ്രം സചിവോം കാ ഇക്കീസവീം സമ്മേളൻ.

മലയാംപാഴയിൽ പറഞ്ഞാൽ, സംസ്ഥാന തൊഴിൽവകുപ്പു മന്ത്രിമാരുടെ ഇരുപത്തൊന്നാം സമ്മേളനം.

പൂർവാധികം ഭംഗിയായി, മൂഗളായി ചിക്കൻ, മൂർഗ് മസാല്ലം (ഓനും കോയിതന്നെ) തണ്ടൂരി റൊട്ടി, ദാൽ മഹാറാണി, മട്ടർ പനീർ, ശീശ്കബാബ് തുടങ്ങിയ വിശിഷ്ടഭോജ്യങ്ങൾ സഹിതം.

കൊടുംതണുപ്പാണെങ്കിലും പോകാതെ വയ്യ (ഉച്ചതം താപ്മാൻ കേവലം പത്തൊൻപതേ അരയ്ക്കാൽ ഡിഗ്രി സെൽഷ്യസ് എന്നു ദൂരദർശനം. അപ്പോൾ നീചതം താപ്മാൻ ഊഹിക്കാമല്ലോ) പഴയ കമ്പിളിക്കോട്ടും കാൽശരായിയും മറ്റും ഗരം കപ്പഡാകളുമായി കെരാല ഇസ്റ്റേറ്റിൽനിന്നും വാതക്കൂറുകാരൻ തൊഴിൽവകുപ്പു സെക്രട്ടറി കുഞ്ചുനായരും തന്റെ ശ്രം സചിവനെ അനുഗമിച്ചു. വേണ്ടതും വേണ്ടാത്തതുമായ കടലാസുകൾ പ്രത്യേകം പൊക്കണത്തിലാക്കി അതും കൂടെക്കൊണ്ടുപോയി.

സംസദ് ഉപഭവൻ എന്ന പാർലമെന്റ് ഹൗസ് അനക്സിലെ വിശാലമായ സമ്മേളൻ കക്ഷായിൽ കക്ഷത്തിൽ ഫയലുകൾ ഇടുക്കിയ ശ്രം മന്ത്രിമാരുടെയും കുട്ടിത്തരക്കാരുടെയും തിരക്ക്, തൊപ്പിക്കാരും തൊപ്പിരഹിതന്മാരുമായ ശ്രം സചിവന്മാരുടെ ജയ് രാം ജികീ ബഹളം. വാഹ് വാഹ് വിളികൾ. അടക്കം പറച്ചിലുകൾ, പൊട്ടിച്ചിരികൾ, പാൻമസാലയുടെ മണം.

സമ്മേളൻ ആരംഭിക്കാറായി. പ്രോട്ടക്കോൾ എന്ന മനുസ്മൃതി അനുസരിച്ച്, മന്ത്രിയുടെ തൊട്ടുപുറകിൽ കുഞ്ചുനായർ ഇരുന്നു. പണ്ടെന്നോ തയ്പ്പിച്ചതും ഒരു കാബറേക്കാരിയുടെ കുപ്പായംപോലെ കലശലായി

ഇറുകിയതുമായ വൃദ്ധൻകോട്ടിന്റെ പിത്താനുകൾ അഴിച്ചു. ആശ്വാസത്തോടെ ഏമ്പക്കങ്ങൾ വിട്ടു. കടലാസുകെട്ടുകൾ ഒന്നുകൂടി പരിശോധിച്ചു. ഇല്ല. ഒന്നും വിട്ടുപോയിട്ടില്ല. അജൻഡാ ഇനങ്ങൾ ഓരോന്നിനെക്കുറിച്ചും വിശദമായ കുറിപ്പുകൾ കൊണ്ടുവന്നിട്ടുണ്ട്. സംതൃപ്തനായി കുഞ്ചുനായർ കണ്ണടച്ച്, ആസനത്തിൽ പുറകോട്ട് ചാഞ്ഞിരുന്നു. റിലാക്സ് ഇസ് ദ വേഡ്.

ഒരിക്കലും ജലസ്പർശമേറ്റിട്ടില്ലാത്ത ഒരു കഴുത്തടപ്പൻ കമ്പിളിക്കുപ്പായം ധരിച്ച ഒരു വിദ്വാൻ ഓടിക്കിതച്ച് കുഞ്ചുവിനെ സമീപിച്ചു.

ആപ് ഹൈ കെരാലാ ഇസ്റ്റേറ്റ് കാ ശ്രം മന്ത്രി ശ്രീ നയ്യാർ?

(വാടാക്കരൾകൊണ്ട കുലത്തിൽപ്പിറന്ന തന്റെ അന്തസുറ്റ മാറാപ്പേരു പഞ്ചാബുവൽക്കരിച്ചതിലുള്ള ഈർഷ്യ കുഞ്ചുനായർ അടക്കി. ഇൻ ഫാക്റ്റ്, ചോര തിളച്ചു ഞരമ്പുകളിൽ. പക്ഷേ, ഒന്നോർത്തു. ഭാരതത്തിലെ പ്രഥമ രാഷ്ട്രപതിയുടെ പേരുപോലും രാജേന്ദ്രർ പർഷാദ് എന്ന പഞ്ചാബി ശൈലിയിൽ പറയുകയും എഴുതുകയും ചെയ്യുന്നവനാണ് ഗോസായി. ജനിച്ചതിൽപ്പിന്നെ പച്ചീർക്കിൽകൊണ്ടോ പ്ലാസ്റ്റിക് ഈർക്കിൽകൊണ്ടോ നാക്കുവടിച്ചിട്ടില്ലാത്തതിന്റെ ദോഷം. വെറും കൂപമണ്ഡുക് ജി. അവനുണ്ടോ നിശ്ചയം നായർ മരുമക്കവഴിയും കണക്കുതമ്പി ചെമ്പകരാമൻ കുഞ്ചുവും ഒക്കെ?)

ഹൈ ജീ.

മേ ലഡു ഭായി ലാൽഭായി ഹും ശ്രം മന്ത്രാലയ് കാ ഖണ്ഡാധികാരി.

ച്ചാൽ, സെക്ഷനാപ്സർ? മേലെഴുത്തുപിള്ള?

ഹാം ജീ. അജൻഡായിൽ ഒരിനംകൂടി ചേർക്കേണ്ടിവന്നിരിക്കുന്നു.

അയ്യോ! മുപ്പത്തിയേഴാമത് ഇനിയും ഒരിനമോ? ഇതിനകത്തുള്ളതുതന്നെ ചർച്ചചെയ്യാൻ നാലുദിവസം ഇരുട്ടെവെളുക്കെ ഒന്നിനും രണ്ടിനും പോകാതെ ഇരിക്കണമല്ലോ കൂവേ!

ഹമേം അഫ്സോസ് ഹൈ ജി. പക്ഷേ, ചർച്ചചെയ്തേ പറ്റൂ. മാനനീയ ശ്രം സചിവ് ശ്രീ കുംഭകരൻ ഭണ്ഡാരിജിയുടെ ഉത്തരവാണ്.

ഭണ്ഡാരി! പണ്ടാരം! കുംഭകർണ്ണൻ പണ്ടാരത്തിലേക്ക് എന്തോന്നാടേ ഇനീം ചേർക്കേണ്ടത്?

സമൂഹ് കല്യാൺ യോജന. തിരക്കില്ല. ജ്ജ് എയുതി മുയുമിച്ച് ഞമ്മളെ ഏപ്പിച്ചാ മതി. ഉച്ചഭക്ഷണത്തിന് സമ്മേളൻ എഴുന്നേൽക്കുന്നതിനുമുമ്പ്.

എന്തു കുന്തമെന്നു ചോദിക്കാൻ കഴിയുംമുമ്പ് ലഡുഭായി അടുത്ത ശ്രം മന്ത്രിയെ തേടിപ്പോയി.

മുൻഷിഭാഷയിൽ, കുഞ്ചുനായർ ഇതികർത്തവ്യതാമൂഢതയെ അവലംബിച്ചു. എഴുതിക്കൊടുത്തില്ലെങ്കിൽ ഗുരുതരമായ ഔദ്യോഗികവീഴ്ചയാകും. പക്ഷേ, എന്തെഴുതാനാണ്? സമൂഹകല്യാണവും തൊഴിൽവകുപ്പും തമ്മിൽ എന്തു ബന്ധം? ഇനി ബന്ധമുണ്ടെങ്കിൽത്തന്നെ വസ്തുതകളൊന്നും കൈവശമില്ല. സ്ഥിതിവിവരക്കണക്കുകളും നാസ്തി!

അടുത്തിരിക്കുന്ന കൊച്ചുമിടുക്കൻ ലേബർ കമ്മീഷണറെ കുഞ്ചുനായർ തോണ്ടിവിളിച്ചു. തന്റെ തിങ്ക് ടാങ്കാണു പയ്യൻ. ആദിത്യനു താഴെയുള്ള എന്തിനെക്കുറിച്ചും നിശ്ചയമുണ്ട്. വസ്തുതകളും കണക്കുകളും വിരൽത്തുമ്പിൽ.

"പൗലോസുകുട്ടി കേരളത്തിലെ സമൂഹകല്യാണത്തെക്കുറിച്ച് ഉടൻ ഒരു പ്രബന്ധമെഴുതേണ്ടിയിരിക്കുന്നു. എനിക്ക് ഒരുപിടിയുമില്ല...."

"വാട്ട്സിറ്റ് സർ? സമൂഹകല്യാണമോ?"

എന്നാണ് ആ പോയ വാനരൻ പറഞ്ഞത്. "രൂപഭദ്രതയൊന്നും നോക്കേണ്ട. ഒരെണ്ണം വച്ചുകാച്ചണം. തനിക്കറിയാവുന്ന ഫാക്റ്റ്സ് ആൻഡ് ഫിഗേഴ്സ് മതി. നേരം പോയി. ഒരു മണിക്കൂറിനകം കരട് തയാറാകണം. മിനിസ്റ്ററെ കാണിച്ച് അപ്രൂവൽ വാങ്ങി അസലെഴുതണം."

സിദ്ധാർത്ഥബാസു ഖേദത്തോടെ കുഞ്ചുനായരെ നോക്കി.

"സോറി സർ. എനിക്ക് ഒന്നും തോന്നുന്നില്ല. ഐ മീൻ എബൗട്ട് ദിസ് സമൂഹകല്യാണം......"

"യൂ റ്റു ബ്രൂട്ടസ്? കുഞ്ചുനായർക്ക് കരയാൻതോന്നി. പണ്ടെങ്ങാണ്ട് കോതമംഗലത്തോമറ്റോ വച്ച് ഒരു സമൂഹകല്യാണം നടന്നതായി പത്രത്തിൽ വായിച്ച ഓർമയുണ്ട്. തലസ്ഥാനത്തും ഒരെണ്ണം നടന്നെന്നു തോന്നുന്നു. വേറെ എവിടെയെല്ലാം എത്രയെണ്ണം നടന്നു, അവയിൽ വരനെത്ര, വധുവെത്ര, അവയിൽനിന്നും ഭൂജാതരായ പിറുങ്ങണികളെത്ര? വെച്ച അരിയെത്ര? ആകെ മൊത്തം ചെലവെത്ര, ഇത്യാദി ഫിസിക്കൽ റ്റാർഗിറ്റുകളും ഫിനാൻഷ്യൽ റ്റാർഗിറ്റുകളുംപോലും പിടിയില്ല. പിന്നെ എന്തോന്നെഴുതാനാണ്? കേരളത്തിൽ ഒട്ടനവധി സമൂഹകല്യാണങ്ങൾ ഏഴാം പദ്ധതിക്കാലത്തു നടന്നിട്ടുണ്ട് എന്ന് കമ്പിവാചകംപോലെ രണ്ടു വരി എഴുതിക്കൊടുത്താൽ മതിയോ? നാണക്കേട്. ചിന്തിക്കാൻപോലും വയ്യ.

കുഞ്ചുനായർ വേവലാതിയോടെ ഭിത്തിയിലുള്ള ഘടികാരത്തിലേക്കു നോക്കിയതും സമ്മേളൻ മത്സ്യങ്ങളെയും അജങ്ങളെയും കുക്കുടങ്ങളെയും ഭുജിക്കാനുള്ള വന്യമായ ആവേശത്തോടെ ലഞ്ചിനു പിരിഞ്ഞതും ഒന്നിച്ചായിരുന്നു.

കുഞ്ചു വിഷണ്ണനായി മുഖംകുനിച്ചിരുന്നു. ബഡാ ഖാനായ്ക്കു പോകണമെന്നു തോന്നിയില്ല. ദുഃഖംകൊണ്ടു വിശപ്പുചത്തുപോയി.

"ക്യോം നയ്യാർ സാബ്? നഹീം ഖായേംഗേ?"

(അനക്കു തിന്നണ്ടേടാ മോനേ?)

നയ്യാർസാബ് തലയുയർത്തി നോക്കി. ജയന്റ് സെക്രട്ടറി എന്നു ഗോസായി പറയുന്ന ജോയിന്റ് സെക്രട്ടറി. സാധുവും നല്ലവനും മിതവാദിയുമായ തഹസിൽദാർസിങ്ങ്.

(ഇതെന്തൊരു പേര് എന്നു വായനക്കാർ അമ്പരന്നേക്കാം. കളക്ടർ സിങ്ങും ആർ ഡി ഓ സിങ്ങും വില്ലേജാഫീസർ സിങ്ങും ഉള്ളതായി അറിവില്ല. പക്ഷേ, തഹസിൽദാർസിങ് ഉണ്ടേയുണ്ട്. എങ്ങനെയെന്നാൽ,

ആഫ്രിക്ക് സിങ്ങും ഏഷ്യൻ സിങ്ങും ഇല്ല. പക്ഷേ, അമ്രിക്ക് സിങ്ങുണ്ട്. ഹരിയാനാ സിങ്ങും കർണാടകാസിങ്ങും തമിഴ്നാട് സിങ്ങും ഇല്ലെങ്കിലും കാശ്മീർ സിങ്ങുണ്ട്. അതുപോലെ)

"കുച്ച് നഹി ജീ യെ സമൂഹ് കല്യാൺ കേ ബാരേ മേ സോച് രഹാ ഥാ."

"തോ ക്യാ? ഡോൺട് യു ഹാവ് എനി ഇൻ കെരാലാ ഇസ്റ്റേറ്റ്?"

"എന്നുവെച്ചാൽ....."

"സമൂഹ് കല്യാൺ യോജന. ദാറ്റീസ് വെൽഫെയർ ഇസ്ക്കീം. മലനാട്ടിൽ ധാരാളമുണ്ടെന്നു നോം കേട്ടിരിക്കിണൂ."

കുഞ്ചുവിനു ശ്വാസം നേരെവീണു. എന്റെ പൊന്നു പനയന്നാർ കാവിലമ്മേ എന്ന് സന്തോഷാശ്രുക്കളോടെ ഉദീരണം ചെയ്തു. മാത്രമല്ലാ ഒന്നോർത്തു ചിരിക്കണമെന്നും തോന്നി.

"നോ. ദാറ്റീസ് ആൾ എബൗട്ട് സമൂഹകല്യാണം! സമൂഹവും ഇല്ല കല്യാണവുമില്ല കോതമംഗലവുമില്ല. ദൂരദർശൻ കുഞ്ഞുങ്ങൾ പറയുന്നതുപോലെ, നമ്മടെ ഷേമപദ്ധതി അത്രതന്നെ."

"പ്ലെന്റി!" കുഞ്ചു ഉത്സാഹത്തോടെ പറഞ്ഞു. കള്ള്, കയർ, കശുവണ്ടി, കൈത്തറി എന്നിങ്ങനെ പ്രാസസുന്ദരമായി എത്രയെണ്ണം! ഒരു പുസ്തകംതന്നെ എഴുതാനുള്ള മാറ്റർ കൈവശമുണ്ട്. (അബദ്ധത്തിനു ചിലപ്പോൾ ഒരു ഡാക്ടറേറ്റും കിട്ടിയെന്നിരിക്കും!)

"ആയിയേ തഹസിൽദാർജി! പഹാലേ ഖാനാ ഹോ ജായ്. ബാദ്മേ സമൂഹ് കല്യാൺ."

കുഞ്ചുനായർ തഹശീലിനെ പിടിച്ചുവലിച്ചുകൊണ്ട് ഖാനാകക്ഷായിലേക്കോടി.

12

വിശ്വംഭരാ, മാപ്പ്!

“ഉളുന്തി അമ്പവേലയിൽ പി ആർ വിശ്വംഭരക്കുറുപ്പ് (35) ജോലി സ്ഥലമായ ഷാർജയിൽ അപകടത്തിൽ നിര്യാതനായി. മൃതദേഹം നാട്ടിൽ കൊണ്ടുവന്നു സംസ്കരിച്ചു. രുഗ്മിണി (26) ആണ് ഭാര്യ. സുലോചന (8), സുമംഗല (5), സുലക്ഷണ (2) എന്നിവർ മക്കളാണ്.”

രണ്ടു കോളം നിറഞ്ഞുനിൽക്കുന്ന ചരമങ്ങളുടെ കൂട്ടത്തിൽ യാദൃച്ഛികമായിട്ടാണ് കുഞ്ചുനായർ ആ വാർത്ത കണ്ടത്. മരവിച്ചിരുന്നു പോയി. അറിയാതെ കണ്ണുനീർത്തുള്ളികൾ ഇറ്റുവീണു പത്രം നനഞ്ഞു. മനസ്സ് ഗതകാലസ്മരണകൾകൊണ്ടു വീർപ്പുമുട്ടി. വിശ്വംഭരന് പാടുപെട്ട് പാസ്പോർട്ട് എടുത്തുകൊടുത്തത് താനാണ്. രണ്ടോ മൂന്നോ വർഷമേ ആയുള്ളു അവൻ മറുനാട്ടിൽ പോയിട്ട്. കഴിഞ്ഞ ഓണത്തിനു നാട്ടിൽ വന്നിരുന്നു എന്നാണ് ഓർമ. ഒരു ഷെയ്ഫർ പേനയും കുറച്ചു ബ്ലെയിഡുകളും കൊണ്ടു തന്നെ കാണാൻ വന്നു.

“വിശ്വംഭരന് തരാൻ ഇപ്പം ഇത്രേമൊക്കേ ഉള്ളൂ. പനയന്നാർ കാവിലമ്മ കനിഞ്ഞ് ഒന്നു പച്ചപിടിച്ചുകഴിയട്ടെ. പിന്നെ കുഞ്ചുനായരമ്മാവന് എന്തോ വേണമെങ്കിലും വിശ്വംഭരനോടു പറഞ്ഞാൽ മതി.”

മേശപ്പുറത്തു കിടന്ന ആ ഷെയ്ഫർ പേന കുഞ്ചുനായർ ദീർഘനിശ്വാസത്തോടെ എടുത്തുനോക്കി. വിശ്വംഭരന്റെ ഭാര്യ രുഗ്മിണിയെ ഓർത്തു. കൈക്കുഞ്ഞായിരുന്നപ്പോൾ അവളെ എടുത്തുകൊണ്ടു നടന്നിട്ടുണ്ട്. താരാട്ടുപാടി ഉറക്കിയിട്ടുണ്ട്. താനൊരു അസാമാന്യ പ്രതിഭാശാലിയാണെന്നു കരുതിയാവണം അവളുടെ അച്ഛൻ വക്കീൽ ഗുമസ്തൻ നാണുപിള്ള “കുഞ്ചുതന്നെവേണം രുഗ്മിണിയെ എഴുത്തിനിരുത്താൻ” എന്നു നിർബന്ധിച്ചത്. കുളിച്ചു ചന്ദനക്കുറി തൊട്ട് കൊച്ചു നേര്യതുടുത്ത് തന്റെ മടിയിലിരുന്ന് തട്ടത്തിൽ വിരിച്ച ഉണക്കലരിയിൽ ഹരിഃശ്രീ കുറിച്ചു ആ പാവം കുട്ടി. ഇരുപത്താറു വസന്തങ്ങൾ കഴിഞ്ഞപ്പോഴേക്കും

വിധവയായിത്തീർന്നിരിക്കുന്നു! എട്ടുംപൊട്ടും തിരിയാത്ത മൂന്നു കൊച്ചു കുഞ്ഞുങ്ങൾ. വിധിയുടെ ക്രൂരതയോർത്ത് കുഞ്ചുനായർ നെടുവീർപ്പിട്ടു.

യാത്രാക്ലേശവും ശരീരത്തിന്റെ ക്ഷീണവും ഒന്നും വകവയ്ക്കാതെ ഏതൊക്കെയോ ബസുകളിൽ കയറി, നിന്നും ഇരുന്നും ചീത്തകേട്ടും ചവിട്ടുകൊണ്ടും കുഞ്ചുനായർ മരിച്ച വീട്ടിലെത്തി. ആകെ ഒരമ്പരപ്പ്. മുറ്റത്തു വലിയ പന്തൽ ഇട്ടിരിക്കുന്നു. ധാരാളം ആളുകൾ ഇരുന്നു കാപ്പി കുടിക്കുന്നു. കുഞ്ചുനായർ നേരെ വീട്ടിനകത്തേക്ക് കടന്നു.

രുഗ്മിണി അവശയായി ഒരു കട്ടിലിൽ കിടക്കുകയാണ്. വൃദ്ധയായ അമ്മ തലയ്ക്കൽ ഇരിക്കുന്നു. ഒന്നും അറിയാത്ത കുഞ്ഞുങ്ങൾ ഓടിക്കളിക്കുന്നു.

കുഞ്ചുനായരെ കണ്ടു രുഗ്മിണി എഴുന്നേറ്റിരുന്നു. അവളുടെ ദുഃഖം അണപൊട്ടി.

"തൊത്തും തൂവലും വയ്ക്കാത്ത ഈ മൂന്നു കുഞ്ഞുങ്ങളേം എന്നേം ഇട്ടേച്ചുപോയി, കുഞ്ചുനായരമ്മാവാ...." ഏങ്ങലടിക്കിടയിൽ അവൾ വിലപിച്ചു.

"എല്ലാം ദൈവനിശ്ചയമാണെന്നു കരുതി സമാധാനിക്കു കുഞ്ഞേ." ചട്ടപ്പടിയുള്ള അർഥശൂന്യമായ സമാശ്വാസനം. അതിനപ്പുറം എന്തു പറയാനാണ്? കുഞ്ചുനായർ കൊച്ചു സുലക്ഷണയെ എടുത്തു മടിയിലിരുത്തി. രണ്ടാംമുണ്ടുകൊണ്ട് അവളുടെ മുഖത്തെ അഴുക്കുതുടച്ചു.

"ഇന്നത്തെ പത്രത്തിൽ കണ്ടപ്പഴാ വിവരം അറിഞ്ഞത്."

"മെനഞ്ഞാന്നു ശവം കൊണ്ടുവന്നു. ഉടനെ ദഹിപ്പിച്ചു. മരിച്ചിട്ടു നാലു ദിവസമായിരുന്നു."

"ചോദിക്കുമ്പം ഒന്നും തോന്നരുത്. സഞ്ചയനോം ഒക്കെ ഇത്ര വല്യ തോതിൽ വേണമായിരുന്നോ കുഞ്ഞേ?"

"ഒന്നും വേണ്ടെന്നു ഞാൻ ആവതു പറഞ്ഞതാ. കഷ്ടിച്ചു പതിനായിരമോ പതിനയ്യായിരമോ രൂപ ബാങ്കിലുണ്ട്. ഇനി അതുകൊണ്ടു വേണം ജീവിക്കാൻ, ഞാനും ഈ കുഞ്ഞുങ്ങളും." അവളുടെ ദുഃഖം വീണ്ടും ആർത്തിരമ്പി.

"പിന്നെ ആരാ സഞ്ചയനം വേണമെന്നു തീരുമാനിച്ചത്?"

"കരക്കാര്, അല്ലാതാരാ?" എനിക്ക് അച്ഛനും അമ്മാവനും ചേട്ടനും ഒന്നുമില്ലല്ലോ. ഏറ്റവും കുറഞ്ഞത് ഇഡലിയും സാമ്പാറും വടയും പഴവും അവിലു വരട്ടിയതും എങ്കിലും വേണം, ഇല്ലെങ്കിൽ കുറച്ചിലാണെന്നു നിർബന്ധിച്ചു പറഞ്ഞു. അതാ ആവതില്ലാഞ്ഞിട്ടും ഞാനിതിനൊക്കെ തുനിഞ്ഞിറങ്ങിയത്."

കുഞ്ചുനായർ അൽപ്പം അകലെ വെയിലിൽ വെട്ടിത്തിളങ്ങുന്ന അച്ചൻകോവിലാറ്റിലേക്കു നോക്കി. വിശ്വംഭരൻ കുട്ടിയായിരുന്നകാലത്ത് അവൻ നീന്തിത്തുടിച്ചു കളിച്ചിരുന്ന ആ നദിയുടെ മടിത്തട്ടിൽ അവന്റെ ചിതാഭസ്മം നിക്ഷേപിച്ചാൽ മതിയായിരുന്നു. ഒരു പക്ഷേ, അത് അവന്റെ ആത്മാവിന് ഏറ്റവുമധികം സംതൃപ്തി നൽകുമായിരുന്നു. പക്ഷേ,

ആരോടു പറയാൻ? നാട്ടുനടപ്പ് അലംഘനീയമാണ്. പീനൽ കോഡും ഭരണഘടനയും ഒക്കെപ്പോലെ.

കുഞ്ചുനായർ പന്തലിലേക്കു നടന്നു. കാപ്പികുടി മൂന്നു പന്തിക ഴിഞ്ഞു മുറുക്കും പുകവലിയും സൊറപറച്ചിലും നടക്കുന്നു. മരിച്ചുപോയ നിർഭാഗ്യവാനെക്കുറിച്ച് ആരും ഒന്ന് ഓർക്കുന്നു പോലുമില്ല.

"പുഷ്കരാ! പഴുക്കാപ്പാക്കു തീർന്നോ? വേഗം പത്തു പഴുക്കാപ്പാക്കു കൊണ്ടുവാ."

"ആരാടാ ഈ തല്ലിപ്പൊളി വിൽസ് ഇതിനകത്തെടുത്തു വച്ചത്? വിശ്വംഭരൻ കൊണ്ടുവന്ന ഫോറിൻ സിഗററ്റൊന്നുമില്ലിയോ?"

കുഞ്ചുനായർ അറിയാതെ ഒന്നു ഞെട്ടി.

"ഇതാരാ കൂവേ ഇന്നത്തെ സാമ്പാറു വച്ചത്? ഉപ്പു കയ്ച്ചിട്ട് ഇറ ക്കാൻ വയ്യായിരുന്നു."

"എന്നുമുതലാ ഓണാട്ടുകരെ സാമ്പാറിൽ ചേമ്പും വാഴയ്ക്കായും കഷണമായിട്ട് ഇട്ടുതുടങ്ങിയത്? ഒന്നു ചോദിക്കണമല്ലോ."

"കളയെടോ മാത്തൻപിള്ളേ. സഞ്ചയനം കഴിഞ്ഞു, കാപ്പികുടീം കഴിഞ്ഞു. വിശ്വംഭരൻ അവന്റെ പാട്ടിനുപോയി. ഇനീം എന്തിനാ ഒന്നും രണ്ടും പറേന്നത്?"

"അല്ല കൈമളുചേട്ടാ, ഇതു കരക്കാരെ അപമാനിക്കുന്ന ഏർപ്പാടാ. സഞ്ചയനത്തിനു വിളിച്ചുവരുത്തി വായിൽവച്ചു വഴിതിരിയാൻ കൊള്ളാത്ത വടേം സാമ്പാറും തരിക."

"പഴത്തിനു കറ ചൊവച്ചിട്ടു വയ്യായിരുന്നു. എവിടുന്നു കിട്ടിയെടോ ഈ പീറ പാളയൻകോടൻ കാ?"

"അല്ലേ, ഇതാരാ ധനഞ്ജയൻപിള്ള അല്യോ? എന്നു വന്നു? എന്തൊക്കെയുണ്ട് തലസ്ഥാനത്തു വിശേഷം?"

"ഓ, വിശേഷങ്ങളൊക്കെ പത്രംവഴി അറിയുന്നുണ്ടല്ലോ. അല്ല, ഞാൻ ആലോചിക്കുകാരുന്നു, ഇത്രേം കാലം ഇവിടെ കഴിഞ്ഞിട്ടും ഈ ഉളുന്തിയുടെ വിനോദസഞ്ചാരസാധ്യതകളെക്കുറിച്ച് ഞാനും നിങ്ങളും ഇതുവരെ ആലോചിച്ചിട്ടില്ലല്ലോ എന്ന്."

"എന്തോന്നു സാധ്യതയാ ധനഞ്ജയാ നീ പറേന്നത്? പത്തു പിള്ളാർക്കു പണി കിട്ടുമോടാ?"

"ഛേ! അതൊന്നുമല്ല. ടൂറിസമാ കാര്യം. സായിപ്പന്മാരും മദാമ്മമാരും വന്നു കുമിയും. നാട്ടുകാർ രക്ഷപ്പെടും. എന്താ മോശമാണോ?"

"അതിന് ഈ ഓണംകേറാമൂലേൽ എന്തോന്നു വിനോദവും സഞ്ചാ രോമാടോ?"

"ഹേ, ഇതാന്നല്ലോ സഹിക്കാൻ വയ്യാത്തത്! എന്തു പറഞ്ഞാലും വിവരമില്ലാതെ എതിർത്തോളും. ഈ ഉളുന്തിയിലും പൊറ്റയിൽക്കടവിലും കൊല്ലകടവിലും പഞ്ചനക്ഷത്രക്കപ്പൽവഴി അച്ചൻകോവിലാറ്റിൽക്കൂടി വിനോദയാത്ര ഏർപ്പെടുത്താം."

"ഇതിൽ എന്തോന്നു വിനോദമാടാ കുഞ്ഞേ? പഞ്ചനക്ഷത്രമൊന്നു

മില്ലേലും കൊച്ചുവള്ളത്തേലും കെട്ടുവള്ളത്തേലുമൊക്കെ ഞങ്ങളൊക്കെ അങ്ങോട്ടും ഇങ്ങോട്ടും ഒന്നിരാടം പോകുന്നതല്ല്യോ?"

"ശ്ശേ! അതുപോലാണോ ചേട്ടാ പഞ്ചനക്ഷത്ര ലക്ഷ്വറിക്കപ്പൽ? അതിനകത്തു ബാറുണ്ട്, ഹോട്ടലുണ്ട്, നീന്തൽക്കുളമുണ്ട്, സിനിമയുണ്ട്, കാബറേയുണ്ട്, എന്നുവേണ്ട, എല്ലാമുണ്ട്."

"ഹതുകൊള്ളാം! ങ, കേൾക്കട്ടെ. വേറെ എന്തോന്നൊക്കെയാ വികസിപ്പിക്കുന്നത്?"

"തവളയില്ലാക്കുളം ചേറും പായലും നിറഞ്ഞ് അനാഥമായി കിടന്നുതുടങ്ങിയിട്ടു കാലമെത്രയായി? അതു വൃത്തിയാക്കി ശുദ്ധജലം നിറച്ച് ബോട്ട്ക്ലബ്ബും ചിൽഡ്രൻസ് പാർക്കും ടോയ്ട്രെയിനും പിന്നെ ഒരു മോട്ടലും ഏർപ്പെടുത്തിയാൽ ലോകടൂറിസ്റ്റ് ഭൂപടത്തിൽ ഈ ഉളുന്തിക്കും...."

"താൻ പറേന്നതൊന്നും ഞങ്ങൾ മലമ്പൂസുകൾക്കു പിടികിട്ടുന്നില്ല. കേട്ടിടത്തോളം ഗുണമുള്ള ഏർപ്പാടുമല്ല. ഞങ്ങൾ ഉളുന്തിക്കാർ ഉണ്ടും ഉണ്ണാതേം ഇങ്ങനങ്ങു കഴിഞ്ഞോളാം."

"ഇതൊക്കെ ഒന്നു പതുക്കെപ്പറ നേതാവേ. വിനോദസഞ്ചാരമെന്നു കേട്ടാൽമതി, സ്ഥലത്തിന്റെ വില ആറിരട്ടിയാകും. പാവപ്പെട്ടവനു മൂന്നോ നാലോ സെന്റ് തറ വാങ്ങി ഒരു വീടുവയ്ക്കാൻ വയ്യാത്ത പരുവത്തിലാകും. കുഞ്ഞുകുഞ്ഞ് അവന്റെ ചായേടെ വില ഒറ്റയടിക്കു നാൽപ്പതുപൈസയിൽനിന്ന് ഒരു രൂപയാക്കും. ഒരു പരിപ്പുവട വേണമെങ്കിൽ ഒന്നര രൂപ കൊടുക്കേണ്ടി വരും....."

"ഛെ! ഛെ! മഹാകഷ്ടംതന്നെ! നന്നാകാനുള്ള വഴി പറഞ്ഞുതന്നാലും നന്നാകേണ്ടെന്നാ നിങ്ങൾ നാട്ടുകാർക്ക്. ബോംബെയിൽ നിന്നും ഒരു എക്സ്പേർട്ടിനെ കൊണ്ടുവന്ന് ഒരു പ്രോജക്ട് റിപ്പോർട്ട് തയാറാക്കിക്കുന്ന കാര്യം ഞാൻ ആലോചിക്കുവാരുന്നു. ങാ, ഇനി നിങ്ങളായി, നിങ്ങളുടെ പാടായി....."

"പോട്ടെടോ. രാഷ്ട്രീയം എന്തോ ഉണ്ട് വർത്തമാനം?"

"ഞങ്ങൾ വിശദമായ ഒരു വിലയിരുത്തൽ നടത്തിക്കൊണ്ടിരിക്കുകാ....."

"എന്തോന്നു വിലയിരുത്താനാ? ആളുകൾക്ക് എന്തോന്നാ വേണ്ടതെന്ന് അവർതന്നെ അങ്ങു തീരുമാനിച്ചു... അതല്ല്യോ നേര് ധനഞ്ജയൻപിള്ളേ?"

"അവിടാണല്ലോ തെറ്റ്! സംഗതി അത്ര ലളിതമല്ല. പ്രത്യയശാസ്ത്രപരമായ ഒരു അപഗ്രഥനം സമകാലികവസ്തുതകളുടെ വെളിച്ചത്തിൽ നടത്താതെ യഥാർഥമായ ഒരു ചിത്രം ഉരുത്തിരിയുമെന്നു ഞങ്ങൾ ഇപ്പോൾ കരുതുന്നില്ല...."

"കരുതണമെന്ന് ഇവിടാർക്കും ഒട്ടും നിർബന്ധോമില്ല. പക്ഷേ, ഒരു കാര്യം, ഇനിയെങ്കിലും ഒന്നു കണ്ണുതുറക്കണം."

"ഒന്നു ചുമ്മാതിരി കലാധരാ. താനും തന്റെ പാർട്ടീം എന്തോന്നാ

ചെയ്തത്?.... തൊമ്മൻകുഴി നിയോജകമണ്ഡലത്തിൽ മാർത്തോമ്മാ കാർഡ് പ്ലേചെയ്തു. പേരിശേരി നിയോജകമണ്ഡലത്തിൽ ഈഴവ കാർഡ് പ്ലേചെയ്തു. ഈ നിയോജകമണ്ഡലത്തിൽ നായർകാർഡ്....."

"വാചകമടി നിറുത്താശാനെ. ഡൽഹിയിലെ ഷാഹി ഇമാമിന്റെ സന്ദേശം അച്ചടിച്ചു മാന്നാത്തൊക്കെ വിതരണംചെയ്തതാരണെന്ന് എല്ലാവർക്കും അറിയാം."

"ബോഫോഴ്സിന്റേം മുങ്ങിക്കപ്പലിന്റേം കാര്യോം എല്ലാർക്കും അറിയാം....."

"പിന്നെ അറിയാം! അതുകൊണ്ടാണല്ലോ അവർ നേരേപോയി ഞങ്ങടെ പെട്ടിക്ക് ഓട്ടുചെയ്തത്. എടോ ധനഞ്ജയൻപിള്ളേ! എന്റെ ഹൃദയം ഈ ഉളുന്തിക്കുവേണ്ടിയാ തുടിക്കുന്നത്."

"എന്റേതും തുടിക്കുകാ നേതാവേ. പക്ഷേ, ഒരു വ്യത്യാസംമാത്രം. മാനവികതയുടെയും മതനിരപേക്ഷതയുടെയും ഉമ്മറപ്പടിയിൽ...."

"മണ്ണാങ്കട്ട! പോക്രിമുക്കുയോഗത്തിൽ ആരാ രാമശില വലിച്ചോണ്ടു വന്നത്?"

"ഹതുകൊള്ളാം! ചമ്മന്തിമുക്കു യോഗത്തിൽ ഹാജിമസ്താനെ പൊക്കിക്കൊണ്ടുവന്നതാരാ?"

"ഒന്നു നിറുത്തെടോ വാചകം. കിഴക്കൻയൂറോപ്പിൽ എന്തോന്നാ നടക്കുന്ന്? ഡ്യൂബ് ചെക്കിന്റെ വസന്തം...."

"ആദ്യം നിന്റെ വാചകം നിർത്ത്. കണ്ടില്ല്യോ പനാമയിൽ അമേരിക്കൻ നിയോകൊളോണിയലിസം പത്തിയുയർത്തുന്നത്?"

കുഞ്ചുനായർക്കു സഹികെട്ടു. ജീവിതം തുടങ്ങിയതേയുള്ളു. പാവപ്പെട്ട വിശ്വംഭരനെ വിധി അപഹരിച്ചു. അവന്റെ ഭാര്യയും കുഞ്ഞുങ്ങളും അനാഥരായി. അതിനിടയ്ക്കാണ് സർഗസംവാദം!

"ചൗഷസ്ക്യൂവിന്റെ അനുഭവം താനും തന്റെ പാർട്ടീം ഓർത്തോണം....."

"നിർത്തിനെടാ പരട്ടകളേ ഈരങ്കി!" പന്തലിന്റെ ഒരു മൂലയ്ക്കു നിന്നും ഒരു അട്ടഹാസം മുഴങ്ങി. കളീക്കലെ വേലുക്കാരണവർ. മുൻ പട്ടാളക്കാരൻ, ധീരൻ, സാഹസികൻ, എന്തും ചെയ്യാൻ മടിയില്ലാത്തവൻ.

ഒരു മഴ പെയ്തുതോർന്നതുപോലെ രംഗത്തു നിശബ്ദത വ്യാപിച്ചു. വേലുക്കാരണവർ വടിയുമായി വേച്ചുവേച്ചു മുമ്പോട്ടു നടന്നു.

"നിനക്കൊക്കെ ഹൃദയമെന്നൊന്ന് ഉണ്ടോടാ? ആ പാവം കൊച്ചൻ മണ്ണടിഞ്ഞു. അവന്റെ ഭാര്യടേം പിള്ളാരുടേം കണ്ണുനീർ എന്നാ ഇനി തോരുന്നത്? അതുങ്ങൾ ഇനി എങ്ങനെ കഴിഞ്ഞുകൂടുമെന്നു നീയൊക്കെ ഒന്നാലോചിച്ചോ? അതിനുപകരം അവന്റെ പേരുംപറഞ്ഞ് മൂക്കുമുട്ടേ, ഇഡലീം വടേം പഴോം തട്ടീട്ട് സമയോം സന്ദർഭോം നോക്കാതെ ഒന്നും രണ്ടും പറഞ്ഞു വാക്കേറ്റം നടത്തുന്നു. നാണംകെട്ട പരിഷകൾ!"

"അല്ല, ഉള്ളുതുറന്ന ഒരു ആശയവിനിമയം....."

“ഒരു വിനിമയോം വേണ്ട ഇവിടെ. കടന്നുനിക്ക്. ഒക്കുമെങ്കിൽ ആ പെൺകൊച്ചിന് എവിടെങ്കിലും ഒരു തൂപ്പുജോലിയെങ്കിലും വാങ്ങിച്ചു കൊടുക്കാൻ ഒക്കുമോ എന്നു ശ്രമിച്ചുനോക്ക്. ഇറങ്ങിയിരിക്കുന്നു ഒരു നേതാവ്. പഞ്ചനക്ഷത്രംകൊണ്ട് നാടു നന്നാക്കാൻ!

കുഞ്ചുനായർ ഭീഷ്മപിതാമഹനെ കെട്ടിപ്പിടിച്ചു.

“കലക്കി കാന്നോർരമ്മാവാ! കലക്കി!”

13

എന്റെ കൗമാരസ്വപ്നങ്ങൾ

പണ്ടെങ്ങോ പഠിച്ച ഒരു ശ്ലോകം ഓർമവരുന്നു.

"കൗമാരം പഞ്ചമാബ്ദാന്തം
പൗഗണ്ഡം ദശമാവധി
കൈശോരമാ പഞ്ചദശാത്
യൗവനം തു തതഃ പരം."

അഞ്ചുവയസുവരെ കൗമാരം. അതിനുശേഷം പതിനാറുവയസുവരെ പൗഗണ്ഡം. തുടർന്ന് ഇരുപത്തൊന്നുവയസുവരെ കൈശോരം. അതിനുശേഷം യൗവനം എന്നാണ് ഈ ശ്ലോകത്തിന്റെ അർഥം. പക്ഷേ, ഇംഗ്ലീഷിലെ Adolescence എന്ന പദത്തിന് സമാനമായിട്ടാണ് മലയാളത്തിൽ കൗമാരം എന്ന പദം സാധാരണ പ്രയോഗിച്ചുകാണുന്നത്. ഏതാണ്ട് പത്തു വയസുമുതൽ പതിനെട്ടു വയസുവരെ എന്നു സാമാന്യമായി പറയാം.

അതെങ്ങനെങ്കിലുമാകട്ടെ, എന്റെ ബാല്യവും കൗമാരത്തിന്റെ പൂർവഭാഗവും സ്കൂൾവിദ്യാഭ്യാസത്തിനാണ് ചെലവഴിച്ചത്. അച്ഛന്റെ കൂടെക്കൂടെയുള്ള സ്ഥലംമാറ്റംകാരണം ഏഴു ക്ലാസുകൾ അഞ്ചു വിദ്യാലയങ്ങളിലായി പഠിക്കേണ്ട ഗതികേട് എനിക്കുണ്ടായി. മറിച്ച്, ഇപ്പോഴത്തെ വിദ്യാർഥികൾക്ക് അസൂയതോന്നാവുന്ന ഒരു ഭാഗ്യവും കൈവന്നു. ആറാമത്തെ വയസിൽ എനിക്ക് നാലാംക്ലാസിൽ പ്രവേശനംകിട്ടി. ഇപ്പോഴത്തെപ്പോലെ ഒന്നാംക്ലാസിൽ ചേരണമെങ്കിൽ അഞ്ചുവയസു കഴിഞ്ഞിരിക്കണം. ഒന്നാംക്ലാസിൽ മാത്രമേ ചേരാൻപാടുള്ളു എന്നൊന്നും പഴയ തിരുവിതാംകൂറിൽ ചട്ടങ്ങളിൽ ഉണ്ടായിരുന്നില്ല. ഏതു ക്ലാസിൽ വേണമെങ്കിലും ചേരാം. ഒരു വ്യവസ്ഥമാത്രം. ഇപ്പോഴത്തെ ഡി ഇ ഒയ്ക്കു തുല്യമായി അന്നുണ്ടായിരുന്നത് ഡിവിഷണൽ ഇൻസ്പെക്ടർ എന്ന

ഒരു ഉദ്യോഗസ്ഥനാണ്. അദ്ദേഹം സ്കൂളിൽ വന്ന് ഉപായത്തിൽ ഒരു പരീക്ഷ നടത്തും. ഭാഷയും കണക്കും മാത്രം. ആ പരീക്ഷയിൽ ഉയർന്ന മാർക്കുവാങ്ങി ജയിക്കുകയാണെങ്കിൽ ആവശ്യപ്പെട്ട ക്ലാസിൽ ഇരുത്തും അത്രതന്നെ. മറ്റു നൂലാമാലകളോ ചുവപ്പുനാടകളോ ഒന്നും ഇല്ല. എന്റെ കാര്യത്തിൽ ഏതായാലും സംഭവിച്ചത് അങ്ങനെയാണ്. അതുകൊണ്ട് ഒരു വലിയ നേട്ടവും എനിക്കുണ്ടായി–പത്തൊൻപതു വയസ് തികഞ്ഞപ്പോഴേക്ക് ഇപ്പോഴത്തെ എം എ ബിരുദത്തിനു തുല്യമായ ബി എ (ഓണേഴ്സ്) ബിരുദം നേടാനും ഒരു സ്വകാര്യകോളേജിൽ അധ്യാപകനായി ഔദ്യോഗികജീവിതം ആരംഭിക്കാനും കഴിഞ്ഞു എന്നത്.

അഞ്ചു സ്കൂളുകളിൽ പഠിച്ചുവെങ്കിലും എന്റെ കൗമാരസ്വപ്നങ്ങൾ അവയിൽ രണ്ടെണ്ണത്തെ കേന്ദ്രീകരിച്ചാണ് പൊട്ടിവിരിഞ്ഞത്. തിരുവനന്തപുരത്ത് തൈക്കാട് മൈതാനത്തിനു സമീപമുള്ള നല്ലതമ്പി ലോവർപ്രൈമറി സ്കൂളാണ് ഇവയിൽ ആദ്യത്തേത്. 1946–ൽ നാലാം ക്ലാസിൽ പഠിക്കുമ്പോഴാണ് ഞാൻ നല്ലതമ്പിസ്കൂളിൽ വന്നുചേർന്നത്. (നല്ലതമ്പി എന്ന ഇതിഹാസപുരുഷൻ ആരാണോ എന്തോ! പിൽക്കാലത്ത് തിരുവനന്തപുരം കളക്ടറായി ജോലിനോക്കുമ്പോൾ ഭരണയന്ത്രം ദുരുപയോഗപ്പെടുത്തി ഇക്കാര്യത്തിൽ ഞാൻ വിശദമായി ഒരു അന്വേഷണം നടത്തുകയുണ്ടായി. ടിയാനെക്കുറിച്ചു പഴമപരിചയമുള്ള പ്രവർത്തിയാർമാർക്കുപോലും യാതൊരു വിവരവും നൽകാൻ കഴിഞ്ഞില്ല. ടി സ്കൂൾ സ്ഥാപിച്ച ഏതോ 'പൊതുക്കാര്യപ്രസക്തനും ധനാഢ്യനു'മായിരിക്കണം അദ്ദേഹം എന്നു ഞാൻ ഊഹിക്കുന്നു.)

സർ സി പി യുടെ ഷിഫ്റ്റ് സിസ്റ്റം നിലവിൽ വന്ന കാലം. ഉച്ചയ്ക്ക് ഒരുമണി മുതൽ വൈകിട്ട് അഞ്ചുമണിവരെയേ ക്ലാസുള്ളു. ചൊറിക്കുട്ടനായ എന്നെ കുടുംബഭിഷഗ്വരനായ ഡോക്ടർ രാമകൃഷ്ണപിള്ള നിർദേശിച്ച അസ്കാബിയോൾ എന്ന മരുന്ന് സർവാംഗം പുരട്ടി ഒരു മണിക്കൂർ നേരത്തേക്ക് അമ്മ ഒരു മൂലയിൽ ഇരുത്തുന്നതും, അതിനുശേഷം കാർബോളിക് സോപ്പ് എന്നോമറ്റോ പേരായ ഒരു ഔഷധസോപ്പുകൊണ്ട് കുളിപ്പിക്കുന്നതും, ഒരുക്കു കുറി തൊടിച്ച് ചോറൂട്ടി സ്കൂളിലേക്കയയ്ക്കുന്നതും ഒക്കെ ഇന്നും ഓർക്കുന്നു. അസ്കാബിയോളിന്റെ രൂക്ഷമായ ഗന്ധം ഇപ്പോഴും നാസാരന്ധ്രങ്ങളിൽ തിങ്ങിനിൽക്കുന്നു.

അക്കാലത്ത് ടൈംടേബിളിൽ കഥാകഥനം എന്നൊരു വിഷയമുണ്ട്. ആഴ്ചയിൽ ഒരു പിരിയഡ് കുട്ടികൾ കഥ പറയുകയോ പദ്യം ചൊല്ലുകയോ വേണം. എന്റെ സഹപാഠികളിൽ പരമസുന്ദരിയായ ഒരു പെൺകുട്ടി ഉണ്ടായിരുന്നു. (പേര് ഇപ്പോഴും എനിക്ക് ഓർമയുണ്ടെങ്കിലും ആ മഹതി ഈ ലേഖനം വായിക്കാൻ ഇടയാകുകയും എന്റെ പേരിൽ സിവിലായും ക്രിമിനലായും വ്യവഹാരത്തിനുപോകുകയും ചെയ്താലോ എന്നു ഭയന്ന് യഥാർഥനാമം ഇവിടെ വെളിപ്പെടുത്തുന്നില്ല. തൽക്കാലം

നമുക്ക് ശ്രീമതിയെ ഇന്ദുലേഖ എന്നു വിളിക്കാം) ചാന്തുപൊട്ടു തൊട്ട് അണിഞ്ഞൊരുങ്ങി, പട്ടുപാവാടയും ബ്ലൗസും ധരിച്ച്, ഇടതൂർന്ന ചുരുണ്ടമുടി ഭംഗിയായി പിന്നിയിട്ട് അതിൽ വിടർന്ന ഒരു പനിനീർപ്പൂവും ധരിച്ചാണ് സ്കൂളിൽ വരുന്നത്. ഏതോ കുബേരകുമാരി.

ഈ ബാലികയോട് എനിക്കുണ്ടായിരുന്ന വികാരം എന്താണെന്ന് സൂക്ഷ്മമായി വിശദീകരിക്കാൻ കഴിവില്ല. ഒന്നു തീർച്ചപറയാം. വെള്ളിനക്ഷത്രത്തെ നോക്കി പുളകംകൊള്ളുന്ന പുൽക്കൊടിയുടെ വികാരത്തിനേക്കാൾ ഉപരി മറ്റൊന്നും ആയിരുന്നില്ല അത്. അകലെ മാറിനിന്ന്, വിടർന്നുവരുന്ന ആ പനിനീർപ്പൂവിന്റെ ചാരുത നോക്കി പുളകംകൊള്ളുന്നതിനപ്പുറം, ഒരിക്കലെങ്കിലും ആ കുട്ടിയോടു സംസാരിക്കാൻപോലും ജന്മനാ പരമഭീരുവും ലജ്ജാലുവുമായ ഞാൻ തുനിഞ്ഞിട്ടുമില്ല. (ഇന്ന് ഒരു അമ്മൂമ്മയായിക്കഴിഞ്ഞിരിക്കണം അന്നത്തെ ഏഴുവയസുകാരി. അവർ ഈ കഥയില്ലായ്മകളൊക്കെ വായിക്കുമോ ആവോ!)

ഒരു കഥാകഥനം ക്ലാസിൽ നടന്ന പരമദയനീയമായ ഒരു സംഭവം ഇപ്പോഴും മനസിൽ പച്ചപിടിച്ചു നിൽക്കുന്നു. ഇന്ദുലേഖയുടെ ഊഴമായി. മധുരമായ സ്വരത്തിൽ ഇരയിമ്മൻതമ്പിയുടെ വിശ്രുതമായ ആ താരാട്ട് ഇന്ദുലേഖ പാടി:

ഓമനത്തിങ്കൾ കിടാവോ നല്ല
കോമളത്താമരപ്പൂവോ?
പൂവിൽ നിറഞ്ഞ മധുവോ!.... പരി–
പൂർണേന്ദു തന്റെ നിലാവോ?

ആ കളകൂജനത്തിൽ മുരടനും മുൻകോപിയുമായിരുന്ന മലയാളം വാധ്യാർ ഉൾപ്പെടെ സകലരും ലയിച്ചിരുന്നു. ഒരിക്കലും നാവടക്കാത്ത വേലുക്കുട്ടിയും, ക്ലാസിലിരുന്ന് 'ചൊടക്ക്, പൊട്ടിക്കുന്ന അംബികയും, ആദ്യന്തം ഉറങ്ങുന്ന കാർത്തികേയൻനായരും എന്നെപ്പോലെ ചൊറിക്കുട്ടനായ നീലകണ്ഠക്കൈമളും എല്ലാവരും. ഗായിക 'പഞ്ചമം പാടും കുയിൽ തന്നെയാണെന്ന് എനിക്കു തോന്നി. അവാച്യമായ ഏതോ ഒരു ആനന്ദാനുഭൂതിയിൽ ഞാൻ സ്വയം വിസ്മരിച്ചു.

'അടുത്തത് പരമേശ്വരൻനായർ' എന്ന സാറിന്റെ ആജ്ഞകേട്ടാണ് ഞാൻ ദിവാസ്വപ്നത്തിൽനിന്നും ഞെട്ടിയുണർന്നത്. സാഹിത്യപഞ്ചാനനന്റെ ചാമിപ്പിള്ള ആശാന്റെ പുനർജ്ജന്മമായിരിക്കണം ഇദ്ദേഹം –ഒരുനുള്ളു മണൽ കൈത്തണ്ടയിൽവച്ച്, അച്ചുകുത്തുപിള്ളമാർ ചെയ്യുന്നതുപോലെ പെൻസിലിന്റെ മൂടുകൊണ്ട് അതിനു മുകളിൽ അമർത്തി ഒരു കറക്കുപ്രയോഗം നടത്തുക, നിശിതമായ നഖങ്ങൾ കുട്ടികളുടെ കൈകളിലും തുടകളിലും നിഷ്കരുണം പ്രയോഗിക്കുക ഇത്യാദി ക്രൂരകൃത്യങ്ങളിൽ അദ്ദേഹം രസിച്ചിരുന്നു.)

ഇന്നത്തെപ്പോലെ അന്നും എനിക്ക് വേണ്ടസമയത്ത് വേണ്ടതുപോലെ തോന്നാറില്ല. ജാതകവശാൽ ലഗ്നത്തിൽ ഗുളികൻ നിൽക്കുന്ന

തുകൊണ്ടായിരിക്കണം. ഈ തകരാറുമൂലം എനിക്കു ജീവിതത്തിൽ വന്നുകൂടിയിട്ടുള്ള ഏടാകൂടങ്ങൾ ചില്ലറയൊന്നുമല്ല.

സ്വപ്നത്തിൽനിന്നും ഞെട്ടിയുണർന്ന എന്റെ മനസിൽ കഥാകഥനം നടത്താൻ തോന്നിയില്ല.

'ഒരു ശസ്ത്രാസ്ത്രങ്ങൾ വഴിയേ തോന്നിയില്ല.
ഗുരുശാപത്തിനാലതുമകപ്പെട്ടു.'

എന്ന് കർണപർവത്തിൽ പറയുന്നതുപോലെ. ഒട്ടേറെ പദ്യങ്ങൾ മനഃപാഠം പഠിച്ചിരുന്നെങ്കിലും സാറിന്റെ നിനച്ചിരിയാതെയുള്ള ആജ്ഞ കേട്ടുണ്ടായ സംഭ്രമംമൂലം മനസ്സ് ഒരു കഷണ്ടിക്കാരന്റെ തലപോലെ ശുദ്ധശൂന്യമായി. ഒരു ഫ്ളാഷ്പോലെ തോന്നിയത് തലേദിവസം ക്ലാസിൽ പഠിച്ച 'ഭീമഭഗദത്തയുദ്ധം' എന്ന കാവ്യശകലത്തിലെ നാലു വരികളാണ്:

'വാരണവീരൻ തലയറ്റു, വില്ലറ്റു,
വീരൻ ഭഗദത്തൻതന്റെ തലയറ്റു,
നാലാമതാനതൻ വാലുമരിഞ്ഞിട്ടു
കോലാഹലത്തോടു പോയിതു ബാണവും'

ഓമനത്തിങ്കൾ കിടാവ് കേട്ട് രോമാഞ്ചമണിഞ്ഞിരുന്ന കുട്ടികൾ കോലാഹലത്തോടെ പോയ ബാണത്തിന്റെ കഥ കേട്ടപ്പോൾ ആർത്തു ചിരിച്ചു. ഞാൻ മനഃപൂർവം ഒരു കുരുത്തക്കേട് ഒപ്പിച്ചതാണെന്ന് തോന്നിയ മലയാളംസാർ 'അഞ്ചാമതു നിന്റെ ചന്തിയും തകർത്തിട്ട്' എന്ന് അലറിക്കൊണ്ട് നിർദോഷിയും ശുഷ്കവുമായ എന്റെ പൃഷ്ഠത്തിൽ തന്റെ സന്തതസഹചാരിയായ ചൂരൽവടികൊണ്ട് കഠിനമായ ഒരു പ്രയോഗം നടത്തി. കൂട്ടുകാരുടെ ചിരി കുറേക്കൂടി ഉച്ചത്തിലായി. ഈ ക്രൂരമായ വിനോദത്തിൽ ഇന്ദുലേഖയും കൂട്ടുചേരുന്നുണ്ടോ എന്നു നിറഞ്ഞ കണ്ണുകളോടെ ഞാൻ തലയുയർത്തി നോക്കി. ഇല്ല, സ്തബ്ധയായി എന്നെത്തന്നെനോക്കിക്കൊണ്ട് ഇരിക്കുകയാണ് ആ അപ്സരസ്. കൊട്ടാരം കോമാളിയോട് രാജകുമാരിക്കു തോന്നിയ അനുകമ്പ! എന്റെ അപമാനവും വേദനയും എങ്ങോ പോയിമറഞ്ഞു.

മധ്യവേനലവധി കഴിഞ്ഞ് സ്കൂളിൽ എത്തിയ എന്നെ കഠിനമായ ഒരു ആഘാതം കാത്തിരിക്കുന്നുണ്ടായിരുന്നു. ഇന്ദുലേഖ വിടുതൽ സർട്ടിഫിക്കറ്റ് വാങ്ങിച്ച് നല്ലതമ്പി സ്കൂൾ ഉപേക്ഷിച്ച് പോയിരിക്കുന്നു! ഞാൻ കൂട്ടുകാരോടൊക്കെ അന്വേഷിച്ചു. ആർക്കുംതന്നെ വ്യക്തമായ മറുപടി തരാൻ ഉണ്ടായിരുന്നില്ല. ജീവിതത്തിൽ ഇനി ഒരിക്കലും കാണാനിടയില്ലാത്ത ആ സൗന്ദര്യധാമത്തെ ഓർത്ത് സ്കൂളിന്റെ പടിഞ്ഞാറുവശത്തു നിന്നിരുന്ന നെല്ലിമരത്തിന്റെ ചുവട്ടിൽ പോയിരുന്ന് ഞാൻ ഏകാന്തതയിൽ കണ്ണുനീർ വാർത്തത് ഓർമയുണ്ട്. ഏഴുവയസുകാരന്റെ അസ്തിത്വദുഃഖം!

മാവേലിക്കര ബിഷപ്പ് ഹോഡ്ജസ് ഇംഗ്ലീഷ് ഹൈസ്കൂളിലാണ്

സ്കൂൾ വിദ്യാഭ്യാസത്തിന്റെ അവസാനത്തെ അഞ്ചുവർഷവും ഞാൻ കഴിച്ചുകൂട്ടിയത്.... ഇടയ്ക്ക് ഒരുമാസം പെരുമ്പാരുള്ള ഇപ്പോൾ പേരോർമ യില്ലാത്ത ഒരു മിഡിൽസ്കൂളിൽ ഒരുമാസം പഠിച്ചതൊഴിച്ചാൽ കേരള ത്തിലെ ഏറ്റവും പഴക്കമുള്ള വിദ്യാലയങ്ങളിലൊന്നിലാണ് 1837-ൽ സ്ഥാപിക്കപ്പെട്ട ബി എച്ച് ഹൈസ്കൂൾ. ഒന്നര നൂറ്റാണ്ടിനു മുൻപ് മല യാളഭാഷയ്ക്ക് ഒരു വ്യാകരണം രചിച്ച ജോസഫ് പിറ്റ് പാതിരി, ആർച്ച് ഡീക്കൻ ഉമ്മൻ മാമ്മൻ തുടങ്ങിയ പ്രതിഭാശാലികളാൽ സവിശേഷം പോഷിപ്പിക്കപ്പെട്ട ഈ വിദ്യാലയത്തിന് ഏറ്റവും അഭിമാനകരമായ ഒരു പാരമ്പര്യമാണ് ഉണ്ടായിരുന്നത്. ഞാൻ സ്കൂളിൽ ചേരുമ്പോൾ ഹെഡ്മാ സ്റ്ററായിരുന്നത് പോളച്ചിറയ്ക്കൽ പി സി ഉമ്മൻ എന്ന അതിപ്രഗൽഭ നായ അധ്യാപകവര്യനാണ്. എന്റെ അമ്മയേയും ആ തലമുറയിൽപ്പെട്ട മറ്റനവധി കുടുബാംഗങ്ങളേയും പഠിപ്പിച്ചിട്ടുള്ള ആളായിരുന്നു അദ്ദേഹം. അതുകൊണ്ടുതന്നെ എന്നോട് ഒരു പ്രത്യേകവാത്സല്യവും അദ്ദേഹത്തി നുണ്ടായിരുന്നു. സ്കൂളിൽ ചേർന്ന ദിവസംതന്നെ സ്കൂളിന്റെ പാരമ്പ ര്യത്തെക്കുറിച്ച് അദ്ദേഹം എന്നോട് ഒരു ചെറിയ പ്രഭാഷണം നടത്തി. സമുജ്ജ്വലവാഗ്മിയായിരുന്ന സി എം സ്റ്റീഫൻ, ഭരണരംഗത്ത് ദേശീയ തലത്തിൽത്തന്നെ വ്യക്തിമുദ്ര പതിപ്പിച്ച ഡോക്ടർ പി സി അലക്സാ ണ്ടർ, കേന്ദ്ര തൊഴിൽ കാര്യാലയത്തിൽ സെക്രട്ടറിയായിരുന്ന പി സി മാത്യു ഐ സി എസ്, ലോകബാങ്കിൽ ഉയർന്ന സ്ഥാനങ്ങൾ വഹിച്ച ശ്രീ പി എം മാത്യു ഐ എ എസ്, കേരളസർക്കാറിന്റെ ചീഫ് സെക്ര ട്ടറി പദംവരെ എത്തിയ, കഴിവുറ്റ ഭരണകർത്താവായ ശ്രീ സി തോമസ് ഐ എ എസ്, തുടങ്ങിയവരെല്ലാം ബി. എച്ച് സ്കൂളിന്റെ സന്തതികളാ ണെന്നും അവരുടെ പാരമ്പര്യം ഞാനും പുലർത്തണമെന്നുമായിരുന്നു ഉമ്മൻസാറിന്റെ ഉപദശത്തിന്റെ ചുരുക്കം. അദ്ദേഹം പറഞ്ഞതിൽ വള രെയൊന്നും എന്റെ ബാലമനസിൽ പതിഞ്ഞില്ല. എങ്കിലും ഒട്ടേറെ കേമ ന്മാർ പഠിച്ച ഒരു സ്കൂളാണ് എന്റേതെന്നും അവരെപ്പോലെ ഞാനും ഒരു കേമനാകണമെന്നുമുള്ള അഭിവാഞ്ഛ എന്റെ മനസിൽ മൊട്ടിട്ടു.

അധ്യാപനപാടവത്തിലും ശിക്ഷണബോധത്തിലും ഉയർന്ന നില വാരം പുലർത്തിയിരുന്ന നിരവധി അധ്യാപകർ അന്നു ബി എച്ച് ഹൈസ്കൂളിൽ ഉണ്ടായിരുന്നു. അവരിൽ രണ്ടുപേർ എനിക്ക് എന്നെന്നും സ്മരണീയരാണ്. അന്തരിച്ചുപോയ വിദ്വാൻ എ പി ജോൺ ഞങ്ങളുടെ മലയാളം അധ്യാപകനായിരുന്നു. വിജ്ഞാനം സമ്പാദിക്കുന്നതിനുവേണ്ടി ധാരാളം പുസ്തകങ്ങൾ വായിക്കാൻ അദ്ദേഹം എന്നെ നിരന്തരം പ്രേരി പ്പിച്ചു. എന്റെ മനസിൽ എങ്ങോ ഉറങ്ങിക്കിടന്ന സാഹിത്യവാസനയെ തൊട്ടുണർത്തി വളർത്തിയെടുക്കുന്നതിന് അദ്ദേഹം ചെയ്ത പരിശ്രമവും ഞാൻ കൃതജ്ഞതയോടെ സ്മരിക്കട്ടെ. സാഹിത്യപഞ്ചാനനൻ, ശ്രീ പി കെ പരമേശ്വരൻനായർ, ശ്രീ ആർ ഈശ്വരപിള്ള ഇവരായിരുന്നു

ജോൺസാറിന്റെ പ്രിയപ്പെട്ട ഗദ്യകാരന്മാർ. ഇവരിൽ സാഹിത്യപഞ്ചാനനനോട് അദ്ദേഹത്തിനു വിശേഷിച്ചും ഒരു പ്രതിപത്തിയും ബഹുമാനവുമുണ്ടായിരുന്നു. *സ്മരണമണ്ഡലം* എന്ന അദ്ദേഹത്തിന്റെ പ്രസിദ്ധമായ ആത്മകഥ ജോൺസാർ എന്നെക്കൊണ്ട് പലവുരു വായിപ്പിച്ചു. പി കെ യുടെ പ്രസിദ്ധമായ ശൈലി എന്നെ വല്ലാതെ ആകർഷിച്ചു എന്നുതന്നെ പറയണം. 'രോഗവും യോഗവും തമ്മിലും', 'ശാസ്ത്രവും ശസ്ത്രവും തമ്മിലും', 'ധനത്തിനു വൃദ്ധിയും മദ്യത്തിൽ സക്തിയും വിവേകത്തിനു ലുബ്ധിയും തുടങ്ങിയ പ്രാസസുന്ദരങ്ങളായ പി കെ പ്രയോഗങ്ങൾ എന്നെ ഹരംപിടിപ്പിച്ചു. ഈശ്വരപിള്ളസാറിന്റെ ഗദ്യശൈലിയും സംസ്കൃതഭാഷാ സുരഭിലമാണല്ലോ. അദ്ദേഹത്തിന്റെ *ചിന്താസന്താന*വും *സ്മരണകൾ* എന്ന ആത്മകഥയും ഞാൻ ആർത്തിയോടെ വായിച്ചു. ശ്രീ പി കെ പരമേശ്വരൻനായരുടെ, മഹാത്മഗാന്ധിയുടെയും നെപ്പോളിയെന്റെയും ജീവചരിത്രങ്ങളും ജോൺസാർതന്നെ എനിക്ക് സമ്പാദിച്ചുതന്നു. സർവോപരി വ്യാകരണത്തോട് എനിക്ക് അതിയായ ഒരു പ്രതിപത്തി ഉണ്ടാക്കാനും വ്യാകരണപ്രിയനായ ആ ജ്ഞാനവൃദ്ധനു കഴിഞ്ഞു. പിൽക്കാലത്ത് മലയാളസാഹിത്യരംഗത്തെ ഒരു ദീപസ്തംഭമായി പരിലസിച്ച ഡോക്ടർ കെ ഭാസ്കരൻനായരുടെ പുസ്തകങ്ങളിലേക്ക് എന്റെ ശ്രദ്ധ ആദ്യമായി ആകർഷിച്ചതും അഭിവന്ദ്യനായ ഈ ഗുരുനാഥനായിരുന്നു.

ജോൺസാർ പറയാതെ ഒട്ടേറെ പുസ്തകങ്ങളും ഞാൻ വായിച്ചുതീർത്തതായി ഓർക്കുന്നു. ഇവയിൽ ഒന്നായിരുന്നു ഈ വി യുടെ '*ജീവചരിത്രസ്മരണകൾ*'. എന്നെ ഇത്രയധികം ആകർഷിച്ച ആത്മകഥാഗ്രന്ഥം മലയാളത്തിൽ വേറെയില്ല. വികൃതി നിറഞ്ഞ ഈ വി യുടെ സ്വഭാവവും എന്റെ സ്വഭാവവും തമ്മിൽ, ഞങ്ങളുടെ ബാല്യകാലത്തെ അനുഭവങ്ങൾ തമ്മിൽ, ഒട്ടേറെ സാദൃശ്യം ഞാൻ അത്ഭുതത്തോടും ആനന്ദത്തോടും കണ്ടെത്തി. സർവോപരി ഈ വി യുടെ സർവവ്യാപിയായ ഫലിതധോരണി എന്നെ വശീകരിച്ചു. ഭാവിയിൽ ഒരു എഴുത്തുകാരൻ ആകയാണെങ്കിൽ ഈ വിയെപ്പോലെ പ്രശസ്തനായ ഒരു ഹാസസാഹിത്യകാരനാകണമെന്ന് മനസിൽ ഒരു മോഹവും ജനിച്ചു.

കോട്ടയത്ത് ഒളശയിൽ പ്രസിദ്ധമായ കല്ലൂർ കുടുംബത്തിലെ അംഗമായിരുന്നു വിദ്യാർഥികളെല്ലാം ബഹുമാനിച്ചിരുന്ന കെ ഒ ഉമ്മൻസാർ. എന്റെ സ്വഭാവരൂപീകരണത്തിൽ ഏറ്റവുമധികം സ്വാധീനം ചെലുത്തിയ ഒരു വ്യക്തിയാണ് അദ്ദേഹം. ഉമ്മൻസാർ എന്തോ കാരണംകൊണ്ട് അവിവാഹിതനായി കഴിയാനാണ് ഇഷ്ടപ്പെട്ടത്. ലളിതജീവിതം, കറകളഞ്ഞ ആദർശനിഷ്ഠ, അസൂയാവഹമായ അധ്യാപനചാതുരി, കർക്കശമായ അച്ചടക്കം, അസാധാരണമായ പാണ്ഡിത്യം ഇവയൊക്കെക്കൊണ്ട് അദ്ദേഹം പെട്ടെന്ന് എന്റെ ആരാധനാപാത്രമായിത്തീർന്നു. എന്നിൽ

അന്തർലീനമായിക്കിടന്ന കഴിവുകളെക്കുറിച്ച് എന്നെ ബോധവനാക്കി. എസ് എസ് എൽ സി പരീക്ഷയ്ക്ക് അന്നത്തെ തിരുകൊച്ചി സംസ്ഥാനത്ത് രണ്ടാം റാങ്ക് വാങ്ങി ജയിക്കാൻ തക്കവണ്ണം സമർഥനാക്കിത്തീർത്തതിൽ ശിഷ്യവത്സലനായ ഈ ഗുരുനാഥൻ വഹിച്ച പങ്ക് കുറച്ചൊന്നുമല്ല. പക്ഷേ, അതിനേക്കാൾ വളരെ വിലപ്പെട്ടതാണ് ശാശ്വതമൂല്യങ്ങളെക്കുറിച്ച് എന്റെ മനസിൽ അദ്ദേഹം അടിത്തറയിട്ട ദൃഢമായ സങ്കൽപ്പം. പണവും പെരുമയും അല്ല വലുതെന്നും, സംശുദ്ധവും കർത്തവ്യനിരതവുമായ ജീവിതം നയിക്കുകയാണ് പ്രധാനമെന്ന് അദ്ദേഹം എന്നെ ഉപദേശിച്ചു. സത്യം, ദയ, ആസ്തിക്യബോധം ഇവയുടെയൊക്കെ മഹത്വം എന്നെ പഠിപ്പിച്ചതും അഭിവന്ദ്യനായ ഈ ആചാര്യനാണ്.

ഏതാനും വർഷങ്ങൾക്കു മുമ്പു കോട്ടയത്തുവച്ച് യാദൃച്ഛികമായി ഞാൻ എന്റെ പ്രിയപ്പെട്ട ഉമ്മൻസാറിനെ കാണാൻ ഇടയായി. പുസ്തകങ്ങൾക്കുവേണ്ടി ദിവസവും അഞ്ചോ ആറോ മണിക്കൂറുകൾ നീക്കിവച്ചിരുന്ന അദ്ദേഹത്തിന്, വിധിവൈപരീത്യം എന്നുപറയട്ടെ, അപൂർവമായ ഒരു നേത്രരോഗംമൂലം വായനതന്നെ അസാധ്യമായിക്കഴിഞ്ഞിരുന്നു. അദ്ദേഹത്തോടു യാത്രപറഞ്ഞ് പിരിഞ്ഞരംഗം എനിക്കു മറക്കാവുന്നതല്ല. എന്റെ ജീവിതത്തിലെ എല്ലാ അഭ്യുദയത്തിനും അദ്ദേഹമാണ് കാരണക്കാരൻ എന്ന് ഇടറുന്ന തൊണ്ടയോടെ ഞാൻ പറഞ്ഞു. എന്റെ രണ്ടു കൈകളും കൂട്ടിപ്പിടിച്ച് നെഞ്ചോടു ചേർത്ത് നിറകണ്ണുകളോടെ, പുത്രനിർവിശേഷമായ വാത്സല്യത്തോടെ, ആ വൃദ്ധദേശികൻ എനിക്ക് യാത്രാനുമതി നൽകി. അദ്ദേഹത്തിന്റെ കണ്ണുകളും നിറഞ്ഞിരുന്നു. ആ കണ്ണുനീർത്തുള്ളികളുടെ പുറകിലുള്ള സ്നേഹത്തിന്റെയും വാത്സല്യത്തിന്റെയും അഗാധത വർണിക്കാൻ എനിക്കു വാക്കുകളില്ല.

ഞാൻ ഇപ്പോഴത്തെ ഒൻപതാംക്ലാസിനു തുല്യമായ ഫിഫ്ത് ഫാറത്തിൽ പഠിക്കുമ്പോഴാണ് സ്റ്റാലിൻ നിര്യാതനായത്. സ്റ്റാലിന്റെ വ്യക്തിമാഹാത്മ്യത്തെക്കാളേറെ ഞാൻ അത്ഭുതാദരങ്ങളോടെ നോക്കിക്കണ്ടിരുന്നത് അദ്ദേഹത്തിന്റെ പ്രൗഢഗംഭീരമായ മേൽമീശയെയാണ്. വളർന്നുവലുതാകുമ്പോൾ സ്റ്റാലിന്റെ മേൽമീശപോലെ ഒരുഗ്രൻ മീശ എനിക്കും വളർത്തിയെടുക്കണമെന്ന് കലശലായ ഒരാഗ്രഹം മനസിൽ അങ്കുരിച്ചു. ഒരു ജനുവിൻ സ്റ്റാലിൻ മീശയുടെ ഉടമയായിരുന്ന അടുത്തുള്ള ഒരു ബസ് ഡ്രൈവറെ നിത്യവും അസൂയയോടെ ഞാൻ നോക്കിനിന്നിരുന്നതോർക്കുന്നു. നിർഭാഗ്യവശാൽ മറ്റുപല കൗമാരസ്വപ്നങ്ങളുംപോലെ ഈ ആഗ്രഹവും വിഫലമാകുകയാണുണ്ടായത്. പരമ്പരാഗതമായി കിട്ടിയ ശുഷ്കിച്ച ഒരു മേൽമീശ മാത്രമേ എനിക്ക് 'ഫിറ്റു'ചെയ്യാൻ കഴിഞ്ഞുള്ളു. കരടിനെയ്യു പുരട്ടിയാൽ മീശ ഇരുണ്ട് തഴച്ചു വളരുമെന്ന് എവിടെനിന്നോ ഒരു വിദഗ്ധോപദേശം ലഭിച്ചതനുസരിച്ച് ഹൈറേഞ്ചിൽ ജോലിനോക്കിയിരുന്ന എന്റെ ഒരു ബന്ധുവിനെക്കൊണ്ട് ഈ ദിവ്യൗഷധം വരുത്തിച്ചു. ദുസഹമായ ദുർഗന്ധമുള്ള ഒരു സാധനം. നാറ്റം സഹി

ച്ചുകൊണ്ട് ദിവസവും രാത്രി കിടക്കാൻപോകുമ്പോൾ ഭല്ലുകഘൃതം മേൽമീശയിൽ സമൃദ്ധമായി പ്രയോഗിച്ചുതുടങ്ങി. ഉറുമ്പുകടികൊണ്ടു പൊറുതിമുട്ടിയതല്ലാതെ യാതൊരു പ്രയോജനവും ഉണ്ടായില്ല. സ്റ്റാലിൻമീശയുടെ രൂപഭദ്രതയും പ്രൗഢിയും എന്റെ എലുമ്പൻ മീശയ്ക്ക് ഒരിക്കലും കൈവന്നില്ല.

ഞാൻ പഠിച്ചിരുന്ന കാലത്ത് ബി എച്ച് ഹൈസ്കൂൾ വരേണ്യവിഭാഗത്തിൽപ്പെട്ടിരുന്ന ഒരു വിദ്യാലയമായിരുന്നില്ല. കുട്ടികളിൽ ഭൂരിഭാഗവും താഴ്ന്ന കുടുംബങ്ങളിലും താഴ്ന്ന ഇടത്തരം കുടുംബങ്ങളിലുംപ്പെട്ടവർ ആയിരുന്നു. മെച്ചപ്പെട്ട സംസ്കാരമോ, സംഭാഷണമോ, പെരുമാറ്റമോ ഒന്നുമായിരുന്നില്ല എന്റെ സതീർഥരിൽ ഭൂരിഭാഗം പേരുടേതും. എന്നുമാത്രമല്ല, പുകവലി, മദ്യപാനം, കൗമാരസഹജമായ മറ്റ് ദുഃശീലങ്ങൾ ഇവയിൽനിന്നൊന്നും വിമുക്തരല്ലാത്ത ചിലരെങ്കിലും ഈ കൂട്ടത്തിൽ ഉണ്ടായിരുന്നുതാനും. ഞാൻ ഈ ദുഃസ്വഭാവങ്ങൾക്കൊന്നും വിധേയനാകാത്തത് എന്റെ സംസ്കാരവിശേഷംകൊണ്ടോ ആഭിജാത്യംകൊണ്ടോ ധർമബോധംകൊണ്ടോ ഒന്നും ആണെന്ന് യാതൊരു അവകാശവാദവും എനിക്കില്ല. നേരത്തെ സൂചിപ്പിച്ചതുപോലെ, പ്രകൃത്യാതന്നെ ഞാനൊരു തികഞ്ഞ ഭീരുവാണ്. അച്ഛന്റെയോ അമ്മയുടെയോ ഗുരുനാഥന്മാരുടെയോ മുൻപിൽ ഒരു കുറ്റക്കാരനായി നിൽക്കേണ്ടിവരുന്ന അവസ്ഥ എനിക്ക് സങ്കൽപ്പിക്കാൻപോലും സാധ്യമായിരുന്നില്ല. ശാരീരികമായും ഞാൻ തികച്ചും ദുർബലനായിരുന്നു. “പ്രലോഭനങ്ങളെ നേരിടാൻ പല മാർഗങ്ങളുമുണ്ട്. അവയിൽ ഏറ്റവും ഫലപ്രദമായത് ഭീരുത്വംതന്നെ” എന്നു പ്രസിദ്ധ അമേരിക്കൻ സാഹിത്യകാരനായ മാർക്ക്ട്വൈയിൻ എവിടെയോ പറഞ്ഞിട്ടുണ്ട്. എന്റെ കാര്യത്തിൽ അത് പൂർണമായും ശരിയായിരുന്നു. എല്ലാ പ്രലോഭനങ്ങളിൽനിന്നും ഞാൻ ഒഴിഞ്ഞുമാറിനിന്നത് ഭീരുത്വംകൊണ്ടു മാത്രമായിരുന്നു. എന്റെ സ്വഭാവത്തിൽ ഇങ്ങനെ ഒരു പ്രത്യേകത ഒരുപക്ഷേ, ദൈവഗത്യാ കൈവന്ന ഒരു അനുഗ്രഹമായിരിക്കണം എന്നുപോലും ചിലപ്പോൾ തോന്നിപ്പോയിട്ടുണ്ട്–ഒരു ഉർവശീശാപം!

തിരിഞ്ഞുനോക്കുമ്പോൾ എന്റെ കൗമാരസ്വപ്നങ്ങളെക്കുറിച്ച് എനിക്കു നിരാശയോ നഷ്ടബോധമോ ഒന്നും തോന്നാറില്ല. ഈ വി യെപ്പോലെ പ്രശസ്തനായ ഒരു ഫലിതകുബേരനോ, സി എം സ്റ്റീഫനെപ്പോലെ അനുഗൃഹീതനായ ഒരു വാഗ്മിയോ, ഡോക്ടർ അലക്സാണ്ടറെപ്പോലെ പ്രഗൽഭനായ ഒരു ഭരണതന്ത്രജ്ഞനോ ഒന്നും ആകാൻ എനിക്കു കഴിഞ്ഞില്ല. ആ വന്ധ്യസ്വപ്നങ്ങൾ ഒരുതരം നിസംഗതയോടെ ഇന്നെനിക്ക് നോക്കിക്കാണാൻ കഴിയുന്നു. പിൽക്കാലത്തു ജീവിതം പഠിപ്പിച്ച പാഠങ്ങളുടെയും മനസ്സ് ഉൾക്കൊണ്ട യാഥാർഥ്യബോധത്തിന്റെയും ഫലമായിരിക്കണം അത്.

പക്ഷേ, പൂക്കുകയും തളിർക്കുകയും ചെയ്തില്ലെങ്കിൽക്കൂടി, ആ കൗമാരസ്വപ്നങ്ങൾ എനിക്ക് ഏറെ പ്രിയപ്പെട്ടവയാണ്. ദൂരദർശൻ പരമ്പരയിലെ മൂങ്കേരിലാലിന്റെ സുന്ദരസ്വപ്നങ്ങൾപോലെ!

ശുദ്ധനും മണ്ടനുമായ മൂങ്കേരി. ദിവാസ്വപ്നങ്ങളിൽ ജന്മസാഫല്യം കണ്ടെടുക്കുന്ന പാവം ബീഹാറി ഗ്രാമീണൻ.

ആഫ്റ്ററാൾ, ഞാനും മറ്റൊരു മൂങ്കേരി ആയിരുന്നില്ലേ, കൗമാരത്തിലെങ്കിലും?

14

ഇഡ്ഡലി വാഴ്ക! വെറ്റി പെറുക!

"**സാ**മീ! സ്വാാമീ!"

സാമി, എന്നുവച്ചാൽ തിരുവനന്തപുരം കോട്ടയ്ക്കകത്ത് ആന വാൽത്തെരുവിൽ ഏഴാം അഗ്രഹാരത്തിൽ താമസം വടിവീശ്വരയ്യർ ജവന്തീശ്വരയ്യർ ചിന്തയിൽനിന്നും ഞെട്ടിയുണർന്നു.

"ഹടേ! നീയോ? കുഞ്ചുവോ? രൊംപ ഭയപ്പെട്ടുപോയാച്ചേ!"

"അതേ സാമീ. പഴേ കുഞ്ചുതന്നെ. സാമി രാവിലെ എന്തോന്നാ മനോരാജ്യം വിചാരിച്ചോണ്ടിരിക്കുന്നത്? ഷഷ്ടിപൂർത്തി കഴിഞ്ഞു, സപ്തതി അടുത്തു. ഇനി എന്തോന്നു മനോരാജ്യമാ സാമീ! അമ്മിയാരാണെങ്കിൽ ഐശ്വര്യപൂർണയായി, മഹാലച്ചുമിയായി, വൈരമൂക്കുത്തിവതിയായി, പട്ടുചേലാവൃതാംഗിയായി, നല്ല ആരോഗ്യത്തോടെ, സാമീടടുത്തുതന്നുണ്ട്. മക്കൾ ഒരു ചിരഞ്ജീവി. ഫിലാഡൽഫിയായിലും മറ്റേ ചിരഞ്ജീവി ജനീവായിലും പരമഭാഗ്യവാൻ! ഉംകളുക്കു എന കവലൈ സാമീ?"

"ഛെ! ഛെ! കവലയൊന്നുമല്ലെടേ. വന്തു, രാവിലെ പെട്ടെന്ന് ഒരു സന്ദേഹം...."

"സന്ദേഹമോ? സാമിക്കോ? ശിവശിവ!"

"ശിവ ശിവ ശിവ എന്നറാതാ. പന്തുവരാളി. ത്യാഗരാജസാമികളോടു കൃതി. അതെ വിടു. സന്ദേഹം അതല്ലെ ഇന്ത ധാതുവർധനി എന്നൊരു രാഗമുണ്ടല്ലോ."

"ധാതുവർധിനിയോ? അങ്ങ്നേം കെടക്കുന്നോ ഒരു രാഗം?"

"യെസ്, ഇരുക്ക്. അപൂർവരാഗംതാൻ. അതോടെ പേർ എപ്പടി വന്തു വിട്ടത് എന്റു താൻ സന്ദേഹം."

"എന്റെ പൊന്നു സാമീ! ഈ രാഗങ്ങളുടെയെല്ലാം പേരിന് അർഥമുണ്ടെന്ന് സാമിയോടാരാ പറഞ്ഞത്?"

“ഹെ! വാട്ട് ഡു യു മീൻ? എല്ലാത്തിനും അർഥമുണ്ട്. ഫോർ എക്സാംപിൾ, നം ഭൈരവി എന്ന പേരെടുക്ക്.”

“എടുക്കണ്ടാ സാമീ. കുറച്ചൊക്കെ കുഞ്ചൂനും തോന്നും. വെങ്കിടമഖി, മേളകർത്താരാഗം, കടപയാദി എന്നൊന്നും പറഞ്ഞ് എന്നെ വെരുട്ടണ്ടാ. ചിലപേരുകൾ മേളത്തിന്റെ നമ്പർ അറിയാനും സ്വരസ്ഥാനങ്ങൾ മനസിലാക്കാനും മനഃപൂർവം ഇട്ടിട്ടുള്ളതാണ്. സമ്മതിച്ചു. ബട്ട് ഒൺലി എ ഫ്യൂ ഭൂരിഭാഗവും അങ്ങനെയല്ലല്ലോ. ഉദാഹരണത്തിന് കല്യാണിയുടെ പേരു മാറ്റി ഉണ്ണിമേരി എന്നോ ശ്രീദേവി എന്നോ ആക്കിയാൽ എന്തവാ കുഴപ്പം?”

“ഹെയ്! ശുദ്ധ പൈത്യം! കല്യാണിയുടെ പേരുമാറ്റൽ എപ്പടിയെടാ മുടിയും?”

“മുടിക്കാൻ ഒരു പ്രയാസോമില്ല സാമീ. സർക്കാർഗസറ്റിൽ ഒരു പരസ്യം കൊടുത്താൽ മതി. ഏതായാലും വയസുകാലത്ത് ധാതുവർധിനി രാഗത്തിന്റെ കാര്യം ആലോചിച്ച് തല പുണ്ണാക്കണ്ട. വല്ല ധാതുവർധിനി ലേഹ്യത്തിന്റെ കാര്യോമാണെങ്കിൽ മനസിലാക്കായിരുന്നു.”

ചാരവലയം പ്രിയയ്ക്കും അരങ്ങേറ്റം പ്രമീളയ്ക്കും അനുരാധയ്ക്കും ജയമാലിനിക്കുംപോലും അസൂയതോന്നുന്ന വക്ഷോജ കുംഭങ്ങൾ കുലുക്കി, ടോപ്ലെസ്സാമി ആർത്തുചിരിച്ചു. എന്നിട്ട് അർഥവത്തായി കണ്ണിറുക്കി.

“മിസ്ച്ചിവസ് ഫെലോ! നമുക്കു ലേഹ്യവും കഷായവും ഒന്നും വേണ്ടെടേ. അയാം പെർഫക്ട്ലി ഓക്കെ. റണ്ണിങ് സിക്സിറ്റിഫൈവ്, ആനാലും.”

“ഹതു കൊള്ളാം ഓക്കേയല്ലാതെ വരുന്നതെങ്ങനാ സാമീ? പണ്ട് സർസീപ്പീ ചെയ്തിരുന്നതുപോലെ സാനട്ടജൻകൊണ്ട് ഇഡ്ലി ചുട്ടല്യോ ദെവസോം തട്ടുന്നത്? ഉഴുന്നേ ധാതുവർധിനി. മാഷഭൂഗ് ഭഗവതി രതിമല്ല: ഇതി കൊക്കോക? പോരെങ്കിൽ സാനട്ടജനും!”

“ഛെ, ഛെ! രൊംപ ഒബ്സീൻ! എന്നെടാ കുഞ്ചു, വേറെ ഏതാവതു വിഷയം പേശമുടിയാതാ?”

“എന്തിനാ സാമീ വിഷയംമാറ്റുന്നത്? സാക്ഷാൽ വാജീകരണവിധിയാ ചൊല്ലിത്തന്നത്. കള്ളൻ! ചിരിക്കുന്നു! ങ, പോട്ടെ. ഇഡ്ലിയുടെ കാര്യമല്യോ പറഞ്ഞോണ്ടിരുന്നത്.”

“യെസ്, സ്വിച്ചോവർ റ്റു ഇഡ്ലി.”

“ഇഡ്ലിക്കു ആ പേര് വന്നതെങ്ങനാണെന്നറിയാമോ സാമിക്ക്?”

“ബീറ്റ്സ് മി. ഉനക്കു തെരിയുമാ?”

“തെരിയത്തില്ലാരുന്നു. ഇപ്പം തെരിയും. നമ്മുടെ പ്രശസ്ത ഗവേഷകൻ മഹാമഹോപാധ്യായ ഡോക്ടർ കുനിശേരി ബാലചന്ദ്രൻ കണ്ടുപിടിച്ചിരിക്കുന്നു. മുപ്പതേകാൽവർഷത്തെ നിരന്തരഗവേഷണം. ഉഗ്രതപസ്യ. ദ ഏറ്റിമോളജി ഓഫ് ഇഡ്ലി അക്കോഡിങ് റ്റു ദ്രാവിഡിയൻ ഗ്രാമറ്റിക്കൽ പ്രിൻസിപ്പിൾസ്. അതാ പുള്ളിക്കാരന്റെ തീസിസ്.”

"രൊംപ പ്രമാദം! കമോൺ, കേൾക്കട്ടും."

"കേൾക്കണം. ഈദ് ആലി എന്നൊരു പട്ടാണിയുടെ പേരിൽ നിന്നാണുപോലും ഇഡ്‌ലിയുടെ ഉൽഭവം."

"ഈദ് ആലിയാ?"

"ആമാ. ഹൈദരാലി, സെയ്താലി കുഞ്ഞാലി എന്നൊക്കെ പറയുന്നതുപോലെ. ഈ ആശാനാപോലും ആദ്യമായി ഇഡ്‌ലി കണ്ടുപിടിച്ചത്."

"നോൺസെൻസ്! ഇഡ്‌ലി ഹാസ്ബീൻ ദെയർ ഫോർ സെൻചറീസ്."

"തോക്കിനകത്തു കേറി വെടിവെക്കാതെ സാമീ. ഈദാലി ജീവിച്ചിരിക്കുന്നതും നൂറ്റാണ്ടുകൾക്കു മുൻപാ. ഈദാലി എന്നതുലോപിച്ചാ ഇഡ്‌ലി എന്നായത്. 'ഒഡയോരാഭേദഃ' ഇതി ലീലാതിലകം."

"ഡൗട്ട്ഫുൾ. ഏതാവത് എവിഡൻസ് ഇരുക്കാ?"

"ഇരിക്കുകല്ല. നിൽക്കുകാ. "കോട്ടയ്ക്കു വെളിയിൽ മണക്കാട്ടുതങ്കിറ ഈദ് ആലി ഇന്റും പെയർ ഉള്ള പധാണിക്കു ഉഴുന്തുപലകാരം കൊണ്ടുവന്തതർക്കു കൊടുത്ത പണം പതിനേഴ് അരയ്ക്കാൽ" എന്നു മതിലകം ഗ്രന്ഥവരിയിൽ ഉണ്ടെന്നു ഡോക്ടർ കുനിശേരി പറയുന്നു."

"അടേ അപ്പാ! ഇതുതാൻ നിജമാന റിസർച്ച്! അപ്പുറം ശൊല്ല്."

"ലിസൺ. ക്രി പി പതിനാലാം നൂറ്റാണ്ടിൽ എഴുതപ്പെട്ടതും ചിറയ്ക്കൽ കോവിലകത്തുനിന്നും ഈയിടെ കണ്ടെടുത്തതുമായ ഉണ്ണിച്ചിരുതേവീസന്ദേശത്തിൽ 'ഇഡ്‌ലീം തിന്റിടേഥാഃ' എന്ന പ്രയോഗം കാണുന്നു. ചുരുക്കം ഈദ് ആലിയുടെ പലഹാരത്തിനു പഴക്കം ആറ് നൂറ്റാണ്ട്."

"ഹരോഹര!"

"എന്നു മാത്രമോ? മണക്കാട്ടുനിന്ന് അവൻ ഇംഗ്ലണ്ടിലും അമേരിക്കയിലുംവരെ എത്തിയിരിക്കുന്നു. ഭാരതീയ സംസ്കൃതി കാ മഹാൻ പ്രതിനിധി എന്നു റഷ്യയിൽ പോയ നമ്മുടെ ഗുളികൻ തെയ്യത്തെക്കുറിച്ചു ദൂരദർശനത്തിലെ ഗോസായിച്ചി പറയുന്നതുപോലെ!"

"നമ്മ ഇഡ്‌ലി, അല്ലവാ? രാമാ! രാമയ്യാ!"

"വെരിമച്ച്! നമ്മ വെരി ഓൺ ഇഡ്‌ലി, സോ സിംപിൾ ആൻഡ് ഹംബിൾ!"

"ഇഡ്‌ലി വാഴ്ക! വെറ്റി പെറുക!"